एम्प्लॉयबिलिटी स्किल्स मराठी MCQ

मनोज डोळे

डिजिटायझेशन ही काळाची गरज आहे. भविष्यात, प्रशिक्षण अधिक सोयीस्कर आणि सोपे करण्यासाठी औद्योगिक प्रशिक्षण संस्थांमध्ये ऑनलाइन इंटरनेट वापरून प्रशिक्षण घेणे आवश्यक आहे. MCQ प्रश्नांचा संच असलेली ई-पुस्तके प्रशिक्षणार्थींना उपलब्ध करून दिली जातील कारण त्यांना त्यांच्या औद्योगिक प्रशिक्षण संस्थांमध्ये होणाऱ्या ऑनलाइन परीक्षांच्या तयारीसाठी MCQ प्रश्नांची अधिक सवय होणे आवश्यक आहे.

या सर्व बाबी लक्षात घेऊन श्री.मनोज मधुकर डोळे प्रशिक्षक, औद्योगिक प्रशिक्षण संस्था, सातारा यांनी नवीन वार्षिक प्रणाली आणि NSQF-5 अभ्यासक्रमानुसार पुस्तके लिहिली आहेत. आणि त्यांनी प्रशिक्षण सुलभ करण्यासाठी सैद्धांतिक मोबाइल ॲप्स आणि ब्लॉग तयार केले आहेत आणि हे सर्व शैक्षणिक साहित्य जगप्रसिद्ध Google Play Store, Amazon आणि Apple Book Store वर डाउनलोड करण्यासाठी उपलब्ध केले आहे.

पुस्तकांचे प्रकाशन माननीय सहसंचालक श्री राजेंद्र घुमे साहेब प्रादेशिक व्यावसायिक शिक्षण व प्रशिक्षण कार्यालय, पुणे यांच्या हस्ते दिनांक 9/1/2019 रोजी करण्यात आले, यावेळी श्री प्रकाश सायगावकर साहेब प्राचार्य शासकीय औद्योगिक प्रशिक्षण संस्था औंध पुणे, श्री तुकाराम मिसाळ साहेब प्राचार्य डॉ. सरकार प्र.संस्था सातारा, श्री सचिन धुमाळ साहेब जिल्हा व्यवसाय शिक्षण व प्रशिक्षण अधिकारी सातारा, श्री यतीन पारगावकर साहेब मुख्याध्यापक गो. प्र.संस्था कोल्हापूर, श्री विकास टेके साहेब निरीक्षक व्यावसायिक शिक्षण व प्रशिक्षण क्षेत्रीय कार्यालय पुणे, पालेकर फूड्स प्रॉडक्ट्स प्रा. लि.चे सातारा येथील उद्योजक अध्यक्ष श्री.नीळकंठराव पालेकर साहेब, हिरा फूड्स चे चेअरमन श्री.इब्राहिम बाबा तांबोळी साहेब, सौ.शाल्मली पवार मुख्याध्यापिका शासकीय तंत्रनिकेतन केंद्र सातारा व इतर मान्यवर यावेळी उपस्थित होते.

अनुक्रमणिका

प्रस्तावना

एम्प्लॉयबिलिटी स्किल्स मराठी MCQ क्षमता कौशल्य MCQ हे ITI विषयाचे रोजगार कौशल्य सुधारित NSQF अभ्यासक्रमाचे एक साधे पुस्तक आहे, त्यात अधोरेखित आणि ठळक अचूक उत्तरांसह वस्तुनिष्ठ प्रश्नांचा समावेश आहे MCQ मध्ये सर्व विषयांचा समावेश आहे ज्यात सर्व विषयांचा समावेश आहे.

उच्चार, कार्यात्मक व्याकरण, ग्रीटिंग, परिचय इत्यादी कौशल्यांचा वापर समजून घेण्यासाठी इंग्रजी साक्षरता मॉड्यूल

आयटी साक्षरता या मॉड्यूलमध्ये कॉम्प्युटर, एमएस वर्ड, एमएस एक्सेल, इंटरनेट आणि ईमेलिंग इत्यादी विषयांचा समावेश आहे. आयटी साक्षरतेमध्ये सिद्धांत आणि व्यायाम असे दोन विभाग आहेत. सिद्धांत विभागात संगणकाची मूलभूत माहिती आणि अनुप्रयोग समाविष्ट आहे.

संप्रेषण कौशल्ये या मॉड्यूलमध्ये शाब्दिक संप्रेषण, गैर-मौखिक संप्रेषण, ऐकणे, आत्म-जागरूकता आणि वर्तणूक कौशल्य इत्यादी विषयांचा समावेश आहे. संवाद कौशल्य मॉड्यूलमध्ये सिद्धांत आणि व्यायाम असे दोन विभाग आहेत. सिद्धांत विभाग प्रशिक्षणार्थींना कौशल्य, व्यावहारिक उपयोग आणि इतर कोणत्याही संबंधित माहितीची गरज समजून घेण्यास मदत करतो.

उद्योजकता कौशल्ये विविध व्यवसायांमध्ये तांत्रिक प्रशिक्षण घेणाऱ्या आणि करिअरची संधी म्हणून उद्योजकता स्वीकारू इच्छिणाऱ्या इच्छुक तरुणांसाठी आहे.

कच्चा माल, कामगार, कौशल्ये, भांडवली उपकरणे, जमीन, बौद्धिक संपदा, व्यवस्थापकीय क्षमता आणि आर्थिक भांडवल यासारख्या वस्तू आणि सेवांच्या निर्मितीसाठी लोक संसाधने किती चांगल्या प्रकारे एकत्र करतात याबद्दल 'उत्पादकता' आहे.

व्यावसायिक सुरक्षा, आरोग्य आणि पर्यावरण शिक्षण हे कामाच्या ठिकाणच्या वातावरणात सहभागी असलेले सहकारी, कुटुंबातील सदस्य, कर्मचारी, ग्राहक, पुरवठादार आणि इतरांचे संरक्षण करते.

कामगार कल्याण कायद्यामध्ये कर्मचाऱ्यांच्या आरोग्याची काळजी घेण्यासाठी आणि त्यांचे राहणीमान वाढवण्यासाठी डिझाइन केलेल्या एकूण कल्याणकारी सुविधांचा समावेश आहे.

येथे दिलेली गुणवत्ता साधने केवळ त्यांना अचूक ज्ञान इनपुट प्रदान करण्यासाठीच नव्हे तर उत्कृष्ट आणि कार्यक्षम गुणवत्तापूर्ण वैयक्तिक बनण्यासाठी सतत सुधारणांसाठी QC च्या विकासाद्वारे समस्या सोडवण्याचे तंत्र लागू करण्यास सक्षम आहेत.

आम्ही प्रत्येक नवीन आवृत्तीसह नवीन प्रश्नांची उत्तरे जोडतो. कृपया काही त्रुटी/ वगळल्यास आम्हाला ईमेल करा. सर्व अभियांत्रिकी बहुपर्यायी प्रश्न आणि उत्तरांसाठी हे

निर्विवादपणे सर्वात मोठे आणि सर्वोत्तम पुस्तक आहे.

विद्यार्थी म्हणून तुम्ही ते तुमच्या परीक्षेच्या तयारीसाठी वापरू शकता. हे पुस्तक प्राध्यापकांना साहित्य रीफ्रेश करण्यासाठी देखील उपयुक्त आहे.

नांदी, प्रस्तावना

21 व्या शतकातील औद्योगिक क्षेत्रातील वेगाने वाढणाऱ्या मागणीच्या अनुषंगाने बहु-कुशल कारागीरांचा पुरवठा करण्यासाठी व्यवसाय शिक्षण आणि व्यवसाय प्रॅक्टिकल विभागामार्फत व्यावसायिक शिक्षण आणि प्रशिक्षण विभागामार्फत व्यावसायिक शिक्षण आणि प्रशिक्षण दिले जाते. संस्थांमधील सर्व व्यवसाय महत्त्वाचे आहेत, कारण या व्यवसायांतील प्रशिक्षणार्थी उद्योगाच्या मागणीनुसार बहु-कौशल्ये विकसित करतात.

औद्योगिक क्षेत्रातील सर्व उद्योगांमधील सर्व परीक्षा ऑनलाइन घेतल्या जातात आणि त्यामध्ये MCQ पद्धतीच्या प्रश्नांचा समावेश होतो हे लक्षात घेऊन सर्व व्यवसायांसाठी योग्य MCQ ई-पुस्तके उपलब्ध करून देण्याच्या उदात्त हेतूने. श्री.मनोज मधुकर डोळे यांनी नवीन वार्षिक अभ्यासक्रमानुसार MCQ पद्धतीवर खूप चांगले ई-बुक लिहिले आहे. हे ई-बुक सर्व प्रशिक्षणार्थी, प्रशिक्षणार्थी उमेदवार, प्रशिक्षण प्रशिक्षक आणि संबंधित इतरांसाठी निश्चितच मार्गदर्शक ठरेल.

पुस्तकाचे लेखक श्री.मनोज मधुकर डोळे आहेत, इन्स्ट्रक्टर गव्हर्नमेंट ITI सातारा यांना 17 वर्षांचा प्रशिक्षणाचा अनुभव आहे. नवीन वार्षिक पॅटर्न म्हणून लिहिलेल्या, या ई-बुकमध्ये प्रत्येक विषयासाठी मांडणी, सोपी भाषा आणि सोपी वाक्यरचना, आकृती आणि व्हिडिओ समजून घेण्यासाठी आधुनिक डिजिटल QR कोड तंत्रज्ञान समाविष्ट केले आहे. त्यामुळे सखोल अभ्यास आणि परीक्षेच्या सरावासाठी हे ई-बुक नक्कीच उपयोगी पडेल याची मला खात्री आहे. त्यांनी केलेले काम नक्कीच कौतुकास्पद आहे.

श्री तुकाराम मिसाळ
प्राचार्य शासकीय औद्योगिक प्रशिक्षण संस्था सातारा.

ऋणनिर्देश, पावती

DGET नवी दिल्ली आणि CSTARI कोलकाता ऑगस्ट 2018 च्या सत्रापासून ITI मधील सर्व व्यवसायांसाठी वार्षिक पॅटर्न लागू करत आहेत. परीक्षा पद्धतीतही बदल करण्यात येणार असून या वर्षीपासून ती ऑनलाइन होणार असून सर्व प्रश्न वस्तुनिष्ठ स्वरूपाचे (MCQ) असल्याने प्रशिक्षणार्थींना सखोल अभ्यासाची नितांत गरज आहे. हे लक्षात घेऊन जुन्या NIMI पॅटर्नवर आधारित पुस्तके आणि नवीन वार्षिक पॅटर्नचे संपूर्ण विहंगावलोकन सादर करताना आम्हाला आनंद होत आहे आणि आम्हाला आशा आहे की ही पुस्तके सर्व व्यवसाय संचालक आणि प्रशिक्षणार्थींसाठी मार्गदर्शक ठरतील. आहे.

ही पुस्तके लिहिल्याबद्दल जोहर आवटे साहेब, ITI अकलूजचे प्राचार्य. ITI सातारा चे माजी प्राचार्य सायगावकर साहेब, सहाय्यक संचालक श्री चंद्रकांत ढेकणे साहेब व्यवसाय शिक्षण व प्रशिक्षण प्रादेशिक कार्यालय, पुणे, जिल्हा व्यवसाय शिक्षण व प्रशिक्षण अधिकारी सचिन धुमाळ साहेब व मुख्याध्यापिका शासकीय तंत्रनिकेतन केंद्र शाल्मली पवार मॅडम व मुलगा अधिराज डोळे, आई कुसुम डोळे. , माझे वडील मधुकर डोळे आणि पत्नी अश्विनी डोळे यांनी वेळोवेळी केलेल्या विशेष मार्गदर्शन व सहकार्याबद्दल मी त्यांचा मनःपूर्वक आभारी आहे.

तसेच अतिशय कमी कालावधीत पुस्तक प्रकाशित करण्यात अमूल्य वेळ दिल्याबद्दल श्री राजेंद्र घुमे साहेब, सहसंचालक, व्यवसाय शिक्षण व प्रशिक्षण प्रादेशिक कार्यालय, पुणे यांनी पुस्तकाचे पुनरावलोकन केले. त्यांच्या अभिप्रायाबद्दल मी मनापासून आभारी आहे.

पुस्तक लिहिण्याच्या सुरुवातीपासूनच सतत पाठबळ दिल्याबद्दल ITI सातारा च्या प्रशिक्षकांचा मी आभारी आहे.

या पुस्तकातून, ई-लर्निंगबद्दलचे माझे विचार तुमच्याशी शेअर करण्यात मी स्वतःला धन्य समजतो. हे पुस्तक परिपूर्ण आहे असा दावा मी करणार नाही, कारण परिपूर्णतेचा विचार करता हे पुस्तक एक प्रयत्न आहे आणि बाल्यावस्थेत आहे. त्यांची चाचणी आणि सूचना दिल्यास ते सुधारण्यासाठी मोलाचे ठरतील.

मनोज डोळे

दिनांक 9/1/2019

1

एम्प्लॉयबिलिटी स्किल्स मराठी MCQ e-Learning

Online Test Exam
ITI Books
CNC Course
AutoCAD CAM
JOB & Apprentice
Online Theory
Computer Course
Trading Course
Web Designing
MSCIT Course
Shopping Business
Internet Business
Remotasks Course
Online Services
Top Sportsmans
Indian Army
Freedom Fighters
Top Scientists
Social Reformers
Motivational Speaker
Top Richest People
Join WhatsApp Group
Join Facebook Group
Like Facebook Page
PAN / Adhar / Licence Passport

ई-पुस्तक प्रकाशन

English Literacy

Entrepreneurship skills

Productivity Video

Occupational safety

Labour welfare legislation

Quality tools

I.T. Literacy

COMPUTER PARTS
COMPUTER
MOUSE
KEY BOARD
SCREEN / MONITOR
FLASH DRIVE
TOWER
COMPACT DISC
LAPTOP
PRINTER
SCANNER
CARTRIDGES
WEB CAM

COMPUTER PARTS
SPEAKER
HEADPHONES
SMARTPHONE
TABLET / I-PAD
MICROPHONE
WIRELESS ROUTER
MP3 PLAYER
JOYSTICK / GAME

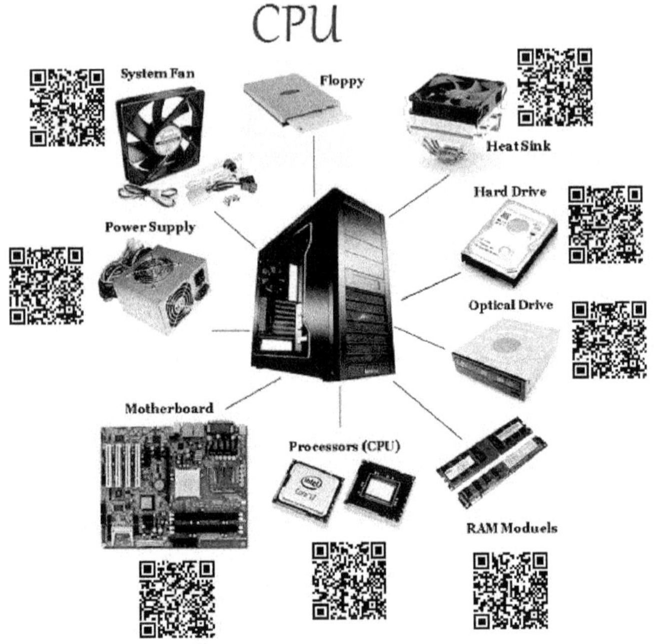

Computer CPU Hardware Components

Motherboard
Hardware Components

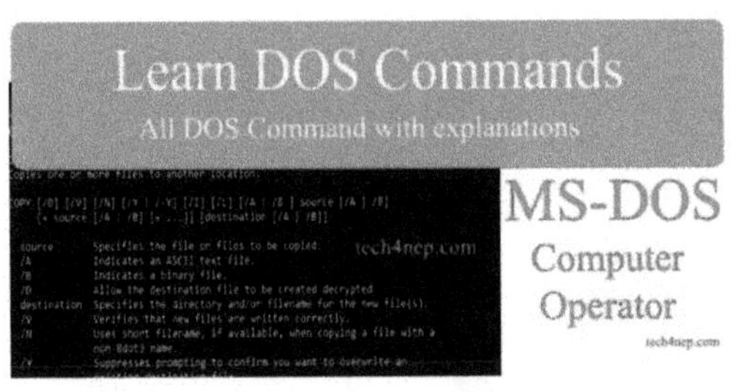

Excel Basic Functions

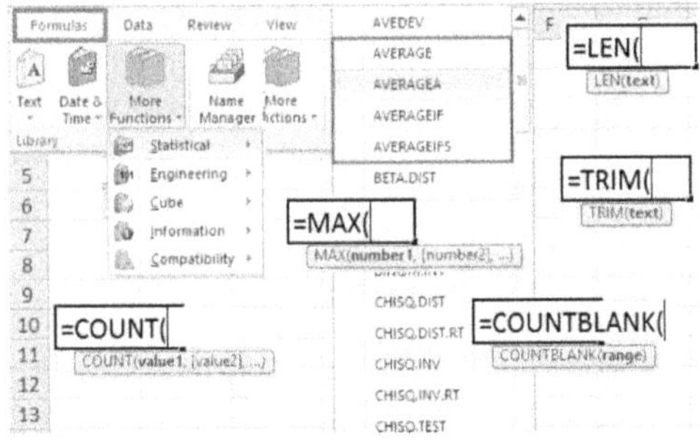

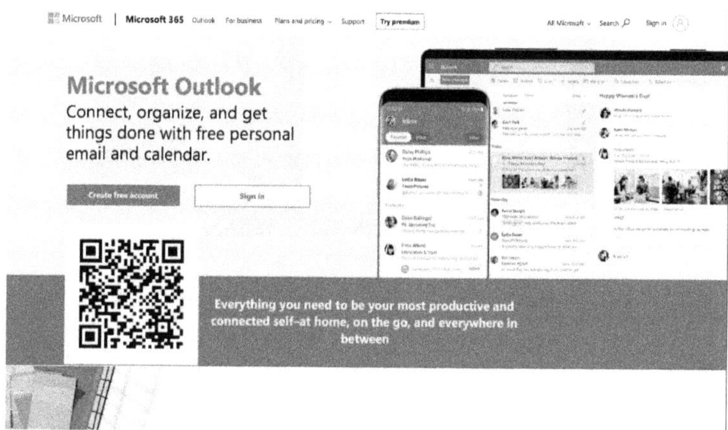
Microsoft
Microsoft 365
Outlook
For business
Plans and pricing
Support
Try premium
All Microsoft
Search
Sign in
Microsoft Outlook
Connect, organize, and get things done with free personal email and calendar.
Create free account
Sign in
Everything you need to be your most productive and connected self–at home, on the go, and everywhere in between

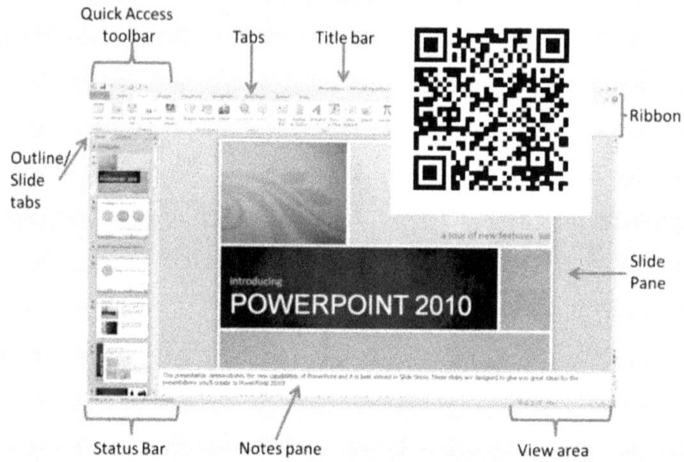
Quick Access toolbar
Tabs
Title bar
Ribbon
Outline/ Slide tabs
introducing
POWERPOINT 2010
Slide Pane
Status Bar
Notes pane
View area

MS Paint

Microsoft
FEATURES OF
MS WORD
IN HINDI
• What is MS word
• History of MS word
• Features of MS word

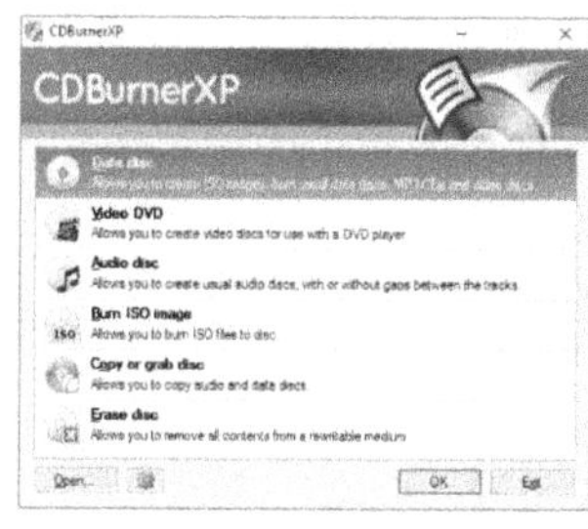
CDBurnerXP
Video DVD
Allows you to create video discs for use with a DVD player
Audio disc
Allows you to create usual audio discs, with or without gaps between the tracks
Burn ISO image
Allows you to burn ISO files to disc
Copy or grab disc
Allows you to copy audio and data discs
Erase disc
Allows you to remove all contents from a rewritable medium
OK
Exit

DRIVER
ALLXPSOFT.COM

Top Linux OS
debian
ZORIN OS
KALI

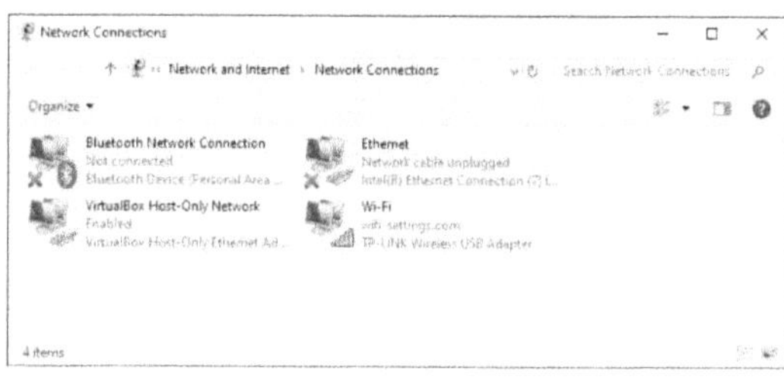
Network Connections
Network and Internet › Network Connections
Organize
Bluetooth Network Connection
Ethernet
Network cable unplugged
VirtualBox Host-Only Network
Enabled
Wi-Fi
TP-LINK Wireless USB Adapter
4 items

Software Installation

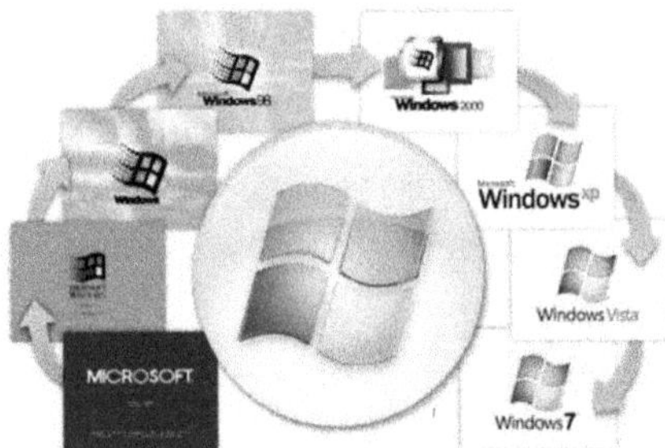

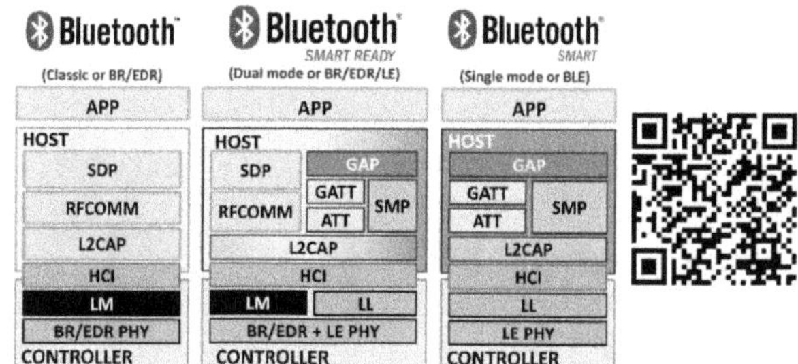

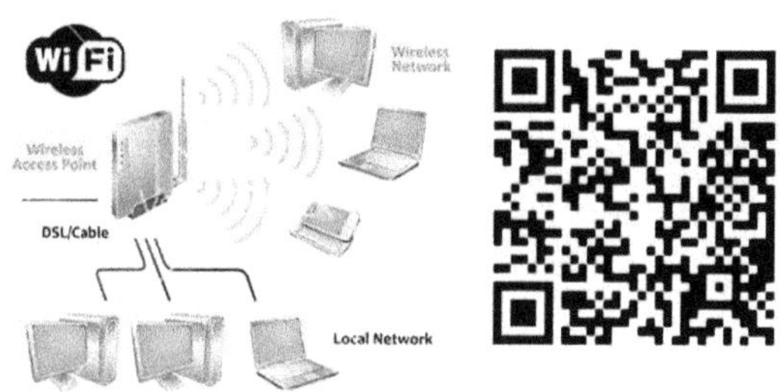

What is a Browser - Definition and Types

What is
Email?

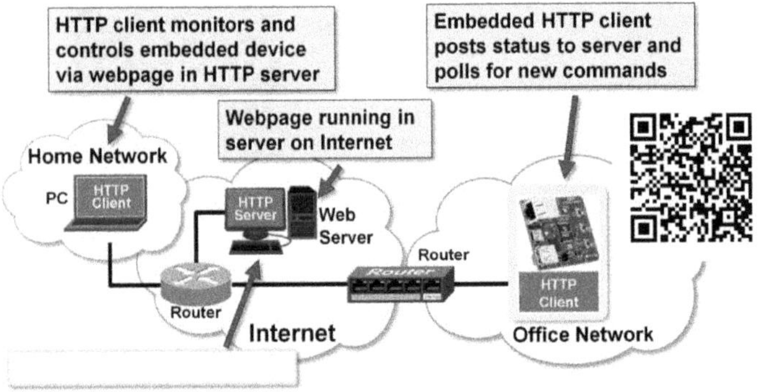
HTTP client monitors and controls embedded device via webpage in HTTP server
Embedded HTTP client posts status to server and polls for new commands
Webpage running in server on Internet
Home Network
PC
HTTP Client
HTTP Server
Web Server
Router
Router
Internet
HTTP Client
Office Network

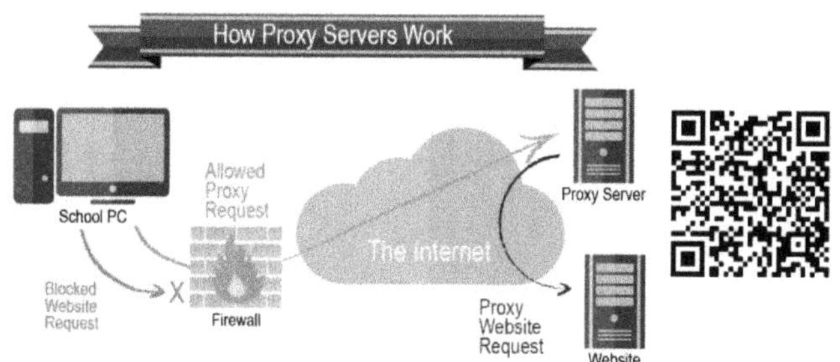
How Proxy Servers Work
School PC
Allowed
Proxy
Request
Blocked
Website
Request
Firewall
The internet
Proxy Server
Proxy
Website
Request
Website

WWW
What is WWW?

Full HTML & CSS Website
World's Biggest University

Domain-Name-System

Domain-Name-System

TYPES OF
E-COMMERCE
BY PRODUCTS
• Physical goods
• Digital goods
• Services
• Affiliates
BY
REVENUE MODEL
• Wholesaling
• White labeling
• Drop-shipping
• Subscription
Model
BY
BUSINESS MODEL
• B2B
• B2C
• C2B
• C2C

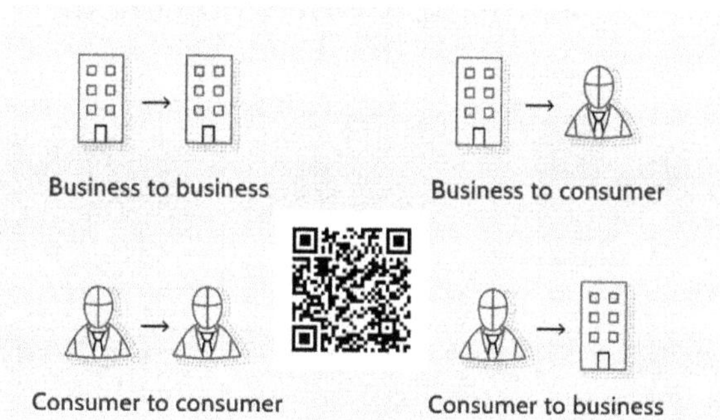
Business to business
Business to consumer
Consumer to consumer
Consumer to business

Payment & Order Processing

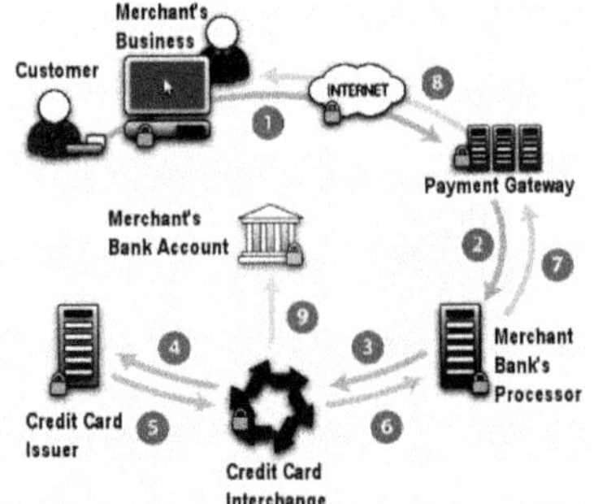

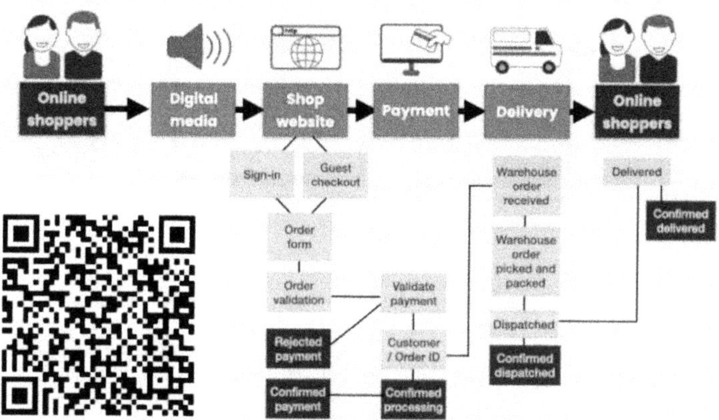
Order to delivery : ideal experience
Online shoppers
Digital media
Shop website
Payment
Delivery
Online shoppers
Sign-in
Guest checkout
Order form
Order validation
Validate payment
Rejected payment
Customer / Order ID
Confirmed payment
Confirmed processing
Warehouse order received
Warehouse order picked and packed
Dispatched
Confirmed dispatched
Delivered
Confirmed delivered

Top 8 Best Payment Gateways for Your Online Store
PayPal
Razorpay
stripe
Braintree
authorize.net
Paytm
instamojo
CCAvenue
PAYMENTS
$200

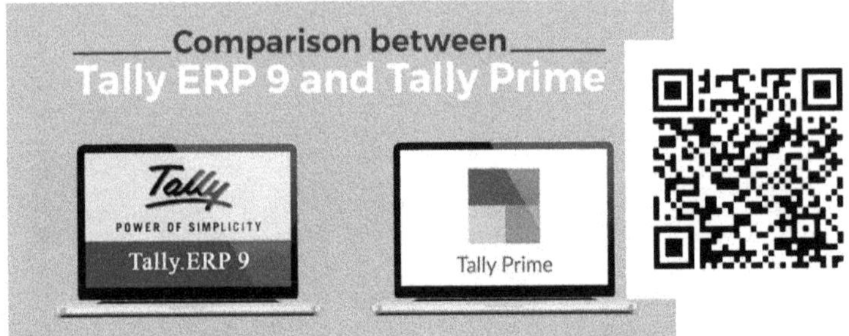
Comparison between
Tally ERP 9 and Tally Prime
Tally
POWER OF SIMPLICITY
Tally.ERP 9
Tally Prime

Social
Networking
Sites
SOCIAL MEDIA
MARKETING

CYBER SECURITY

2

इंग्रजी साक्षरता MCQ

Scan for Theory Videos

१] रेझ्युमे __________ असावा

अ] लहान आणि अचूक

ब] फॅन्सी आणि रंगीत

C] लांब आणि तपशीलवार माहिती असणे

D] परिवर्णी शब्द आणि संक्षेप असणे

उत्तर = ए

2] A] नोकरीमध्ये पार पाडल्या जाणाऱ्या कर्तव्ये आणि जबाबदाऱ्यांचे लिखित वर्णन ____________ असे म्हणतात.

अ] सीव्ही

ब] नोकरीचे वर्णन

क] रेझ्युमे

ड] नोकरी अर्ज

उत्तर = B

3] A] नोकरीमध्ये पार पाडल्या जाणाऱ्या कर्तव्ये आणि जबाबदाऱ्यांचे लेखी वर्णन ____________ म्हणतात.

अ] सीव्ही

ब] पुन्हा सुरू करा

सी] नोकरीचे वर्णन

ड] नोकरी अर्ज

उत्तर = C

4] मुलाखतीचा कॉल आल्यानंतर पुढची पायरी काय आहे?

A]Send] अर्ज पत्र

ब] बायोडाटा तयार करा

C] मुलाखतीला हजर

डी] सेंड] रेझ्युमे

उत्तर = C

5] दिलेल्या वाक्यासाठी योग्य "wh" शब्द निवडा_ "____________ प्राणी तुम्हाला आवडतात?"

अ] जे

ब] का

क] कुठे

ड] जेव्हा

उत्तर = ए

6] दिलेल्या वाक्यातील “Rohan” या शब्दानंतर योग्य विरामचिन्हे निवडा_ “Rohan DaviD] and Ram is playing hide and seek”.

अ] स्वल्पविराम (,)

ब] कालावधी (_)

क] स्लॅश (/)

ड] हायफन (-)

उत्तर = ए

7] दिलेल्या प्रश्नासाठी योग्य प्रतिसाद निवडा. "तू कसा आहेस"?

अ] खूप छान, आणि तुम्ही?

ब] धन्यवाद, आणि तुम्ही?

क] तुम्हालाही तेच

डी] सुट्टीवर, आणि तुम्ही?

उत्तर = ए

8] दिलेल्या प्रश्नाचे योग्य उत्तर निवडा "अपघात कधी झाला"?

अ] हॉटेलमध्ये

ब] प्रवासादरम्यान

C] काल रात्री 10.30 वाजता

ड] टेबलावर

उत्तर = C

9] क्रियापदाचा योग्य काळ निवडा. "मी लहान असताना मी __________ संगीत केले."

अ] शिका

ब] मी शिकत आहे

क] शिकेल

ड] शिकलो

उत्तर = डी

10] करिक्युलम व्हिटे (CV) याला ___________ म्हणून देखील ओळखले जाते

अ] रेझ्युमे

ब] नोकरीचे वर्णन

क] कव्हर लेटर

ड] अर्ज पत्र

उत्तर = ए

11] अभ्यासक्रम जीवनाला ____________ असेही म्हणतात

अ] वर्तुळाकार

ब] पुन्हा सुरू करा

सी] नोकरी अर्ज फॉर्म

ड] रजा अर्ज

उत्तर = B

12] तुलनात्मक विशेषणासह रिक्त जागा भरा_ "तुमची पेन्सिल माझ्यापेक्षा __________ आहे".

अ] तीक्ष्ण

ब] तीक्ष्ण

क] बोथट

ड] जाड

उत्तर = B

13] क्रियापदाच्या योग्य भविष्यकाळासह रिक्त जागा भरा] “आम्ही न्याहारीनंतर प्राणीसंग्रहालयात ____________”

अ] गेला

ब] जात आहेत

क] गेले होते

ड] जाईल

उत्तर = डी

14] "ते __________ चांगले मित्र" या शब्दाने रिक्त जागा भरा.

अ] आहे

ब] am

काळजी

ड] होते

उत्तर = C

15] क्रियापदाच्या वर्तमान प्रगतीशील कालासह रिक्त जागा भरा] "बोगद्याच्या माध्यमातून ___________ ट्रेन"

अ] उत्तीर्ण

ब] उत्तीर्ण होत आहे

क] उत्तीर्ण झाले होते

ड] जात होते

उत्तर = B

16] योग्य प्रश्नार्थक विशेषणांसह रिक्त जागा भरा “ ____________ तुम्ही जात आहात का?

अ] कोण

ब] कुठे

क] जे

ड] काय

उत्तर = B

17] योग्य सर्वनामासह रिक्त जागा भरा "मी हा केक बनवला ____________"

अ] स्वतः

ब] स्वतःला

क] स्वतः

डी] स्वतः

उत्तर = ए

18] योग्य सर्वनामासह रिक्त जागा भरा. "तिने हा केक बनवला ____________"

अ] स्वतः

ब] स्वतः

क] स्वतः

डी] स्वतः

उत्तर = C

19] योग्य रिफ्लेक्झिव्ह सर्वनामासह रिक्त जागा भरा. "तिला ____________ दुखापत झाली आहे"

अ] स्वतः

ब] स्वतः

क] स्वतः

डी] स्वतः

उत्तर = B

20] दिलेल्या वाक्यासाठी योग्य विशेषणासह रिक्त जागा भरा "लहान मुलीचे...... डोळे उघड करतात] तिचा खोडकरपणा"

अ] गुबगुबीत

ब] कमकुवत

C] अल्प दृष्टी

ड] चमकणे

उत्तर = डी

21] योग्य स्थान पूर्वपदासह रिक्त जागा भरा_ "माझे घर ____________ तिसरा मजला आहे"?

अ] येथे

ब] मध्ये

क] वर

ड] अंतर्गत

उत्तर = C

22] योग्य प्रश्न शब्द भरा ________________ फंक्शनमध्ये स्पीकर आहे"?

काय

ब] केव्हा

क] का

ड] कोण

उत्तर = डी

23] निम्न पातळीच्या भाषेला ___________ असेही म्हणतात

अ] स्त्रोत कोड

ब] मधले भांडे

क] यंत्र भाषा

ड] विधानसभा भाषा

उत्तर = C

24] उच्चाराचा संदर्भ ___________ आहे

अ] डिप्थॉन्ग

ब] व्यंजन

क] विरामचिन्हे

D] ध्वनी निर्मिती]

उत्तर = डी

25] खालील शब्दांच्या संचाची अर्थपूर्ण वाक्यात पुनर्रचना करा_ "शिक्षक / शाळा / काम / ती / अ] / म्हणून"

अ] शाळेत अ ती शिक्षिका म्हणून काम केले

ब] तिने शाळेत शिक्षिका म्हणून काम केले

क] तिने एक शाळा म्हणून काम केले

D] तिने शाळेत शिक्षिका म्हणून काम केले

उत्तर = B

26] अचानक आणि तीव्र भावना व्यक्त करणाऱ्या शब्दाला _________ म्हणतात.

अ] विरामचिन्हे

ब] इंटरजेक्शन

क] संयोग

ड] अपोस्ट्रॉफी

उत्तर = B

27] जेव्हा तुम्ही शिक्षक, प्रशिक्षक किंवा पर्यवेक्षक यांसारख्या उच्च अधिकाऱ्यांना अभिवादन करता तेव्हा तुम्ही ___________ वापरावे

अ] "शुभ सकाळ"

B] “नमस्कार”

C] “अहो”

D] "हाय"

उत्तर = ए

28] “उत्तर” या शब्दातील मूक अक्षर कोणते?

अ] आर
ब] इ
क] एस
ड] प
उत्तर = डी
29] चर्चा शिष्टाचाराचा "करणे" कोणता आहे?
अ] तुमचा संयम सोडा
ब] इतरांचे ऐका
क] असंबद्ध तपशीलांबद्दल बोला
ड] असभ्य किंवा असभ्य भाषा वापरा
उत्तर = B
30] चर्चा शिष्टाचाराचा "करू नका" कोणता आहे?
अ] मनमोकळे व्हा
ब] मध्यम स्वर वापरा
क] इतरांचे ऐका
ड] अनावश्यक वाद घालणे
उत्तर = डी
31] संगणकाचा मेंदू कोणता?
अ] कीबोर्ड डी
ब] CPU
क] मॉनिटर
ड] हार्ड डिस्क
उत्तर = B
32] मुख्य क्रमांक कोणता आहे?
अ] १०
ब] व्ही
क] VII
ड] इलेव्हन
उत्तर = ए
33] मुख्य क्रमांक कोणता आहे?
अ] एक्स
ब] II
क] IV
ड] ३

उत्तर = डी

34] मुख्य क्रमांक कोणता आहे?

अ] IV

ब] 10वी

क] पहिला

ड] १

उत्तर = डी

35] मुख्य क्रमांक कोणता आहे?

अ] एक

ब] पाचवा

क] आठवा

D] सेकंद]

उत्तर = ए

36] कोणते उद्‌गारवाचक वाक्य आहे?

अ] किती सुंदर घर आहे ते!

ब] ते एक सुंदर घर आहे_

क] ते सुंदर घर आहे का?

D] तुमचे घर सुंदर आहे_

उत्तर = ए

37] सक्रिय आवाजात कोणता आहे?

अ] राम परीक्षा उत्तीर्ण झाला आहे_

ब] बॉल त्याने पकडला होता_

C] ती पुस्तक वाचत होती.

D] आम्हाला वडिलांनी घरी नेले होते_

उत्तर = ए

38] निष्क्रिय आवाजात कोणता आहे?

अ] मोहन घर रंगवत आहे

ब] ती एक पुस्तक वाचत होती

C] तिचा वाढदिवस आम्ही साजरा केला

D] मी तो चित्रपट पाहिला आहे

उत्तर = C

39] कोणता संयोग नाही?

अ] आणि

ब] किंवा

क] पण

ड] चालू

उत्तर = डी

40] भूमिका बजावण्याचा फायदा कोणता नाही?

अ] आत्मविश्वास निर्माण करतो

ब] ऐकण्याचे कौशल्य विकसित होते

क] सर्जनशील समस्या सोडवण्याचे कौशल्य विकसित करते

ड] कंटाळा विकसित होतो

उत्तर = डी

41] कोणता स्वर नाही?

अ] अ]

ब] इ

क] फ

ड] i

उत्तर = C

42] खालीलपैकी कोणता एक चांगला कार्यालयीन शिष्टाचार आहे?

अ] एखाद्याने औपचारिक पोशाख केला पाहिजे

ब] कामात वक्तशीर नसावे

C] एखाद्याकडे फॅन्सी मोबाइल रिंग टोन असणे आवश्यक आहे

ड] एखाद्याने कामाच्या ठिकाणी कचरा टाकावा

उत्तर = ए

43] ज्या शब्दाचा उच्चार दुसऱ्या शब्दासारखाच असतो परंतु अर्थाने भिन्न असतो त्याला ____________________ म्हणतात

अ] होमोफोन

ब] होमोग्राफ

क] डिप्थॉन्ग

ड] अक्षर

उत्तर = ए

3

उद्योजकता कौशल्य MCQ

Scan for Theory Videos

1] व्यवसायाच्या सुरुवातीशी संबंधित असलेल्या व्यक्तीला .... म्हणतात.
अ] व्यापारी
ब] उद्योजक
क] व्यापारी
ड] विक्री कार्यकारी
उत्तर = B

2] लहान व्यवसायाच्या तुलनेत, मोठ्या व्यवसायासाठी आवश्यक आहे ....

अ] कमी नाही. व्यक्तींची

ब] कमी नाही. भांडवल

क] अधिक क्र. व्यक्तीचे

ड] लहान यंत्रे आणि साधने

उत्तर = C

3] उद्योजकता याला सुद्धा म्हणतात...

अ] गुंतवणूकदार

ब] नियोक्ता

क] स्वयंरोजगार

ड] रोजगार शोधणारा

उत्तर = C

4] मध्यम उत्पादन उद्योगांसाठी, वनस्पती आणि यंत्रसामग्रीमधील गुंतवणूक ... दरम्यान आहे.

अ] 10 लाख ते 2 कोटी

ब] 25 लाख ते 5 कोटी

क] 2 कोटी ते 5 कोटी

ड] 5 कोटी ते 10 कोटी

उत्तर = डी

5] "SWOT" विश्लेषणामध्ये, "S" चा अर्थ............... आहे.

यश

ब] ताकद

क] सर्वेक्षण

ड] सेवा

उत्तर = B

6] आर्थिक वाढीमध्ये, उद्योजकाची भूमिका .... आहे.

अ] बेरोजगारी निर्माण करणे

ब] जगण्याचा स्थिर दर्जा

C] दरडोई उत्पन्न सुधारणे

ड] प्रादेशिक विकास असंतुलित

उत्तर = C

7] SWOT विश्लेषणामध्ये कोणती जोडी उपयुक्त आहे?

अ] सामर्थ्य, कमकुवतपणा

ब] सामर्थ्य, संधी

क] धमक्या, अशक्तपणा

ड] धमक्या, संधी

उत्तर = B

8] कच्चा माल खरेदी करणे, मजुरी आणि पगार, भाडे, वीज इत्यादीसाठी गुंतवलेले पैसे .... अंतर्गत येतात.

अ] खेळते भांडवल

B] fixed] भांडवल

क] दीर्घकालीन भांडवल

ड] भांडवली उत्पन्न

उत्तर = ए

9] MSME म्हणजे ....

अ] सूक्ष्म, स्केल आणि मध्यम उद्योग

ब] मॅक्रो, लघू आणि मध्यम उद्योग

C] सूक्ष्म, लघु आणि मध्यम उद्योग

ड] लघु, लघु आणि मध्यम उद्योग

उत्तर = C

10] PaiD] कल्पना, वस्तू आणि सेवांच्या स्वरूपाला .... म्हणतात.

अ] प्रसिद्धी

ब] सद्भावना

क] सार्वजनिक संबंध

ड] जाहिरात

उत्तर = डी

11] वस्तूंच्या उत्पादनात गुंतलेले उद्योग .... म्हणून ओळखले जातात.

अ] उत्पादन उद्योग

ब] सेवा उपक्रम

C] सूक्ष्म उपक्रम

ड] मॅक्रो उद्यम

उत्तर = ए

12] GDP चा विस्तार .... आहे.

अ] एकूण देशांतर्गत उत्पादन

ब] गोडाऊन मागणीचे उत्पादन

क] भव्य मागणी उत्पादन

ड] विशाल देशांतर्गत उत्पादन

उत्तर = ए

13] SIDO चा विस्तार .... आहे.

अ] लघु उद्योग विकास संस्था

ब] लघु उत्पन्न विकास संस्था

क] लहान गुंतवणूक विकास संस्था

D] StandardD] उद्योग विकास संस्था

उत्तर = ए

14] परदेशी बाजारपेठेत प्रवेश मिळवण्यासाठी आणि संस्थेच्या हितसंबंधांना त्वरीत प्रोत्साहन देण्यासाठी कोणता दृष्टिकोन वापरला जातो?

अ] परवाना

ब] सहयोग

क] संयुक्त उपक्रम

ड] तंत्रज्ञान हस्तांतरण

उत्तर = C

15] मॅन्युफॅक्चरिंग एंटरप्राइजेसची स्थिती ठरवण्यासाठी कोणत्या गुंतवणुकीचा विचार केला जातो?

अ] खेळते भांडवल

ब] इमारत आणि जमीन

क] वनस्पती आणि यंत्रसामग्री

ड] कर्मचाऱ्यांचे पगार

उत्तर = C

16] कोणते एक योग्य माध्यम आहे ज्याद्वारे मार्केटर ग्राहकांपर्यंत पोहोचू शकतात?

अ] उत्पादन -> किरकोळ विक्रेता -> घाऊक विक्रेता -> ग्राहक

ब] उत्पादक -> ग्राहक -> किरकोळ विक्रेता

C] उत्पादक -> किरकोळ विक्रेता -> ग्राहक

D] उत्पादक -> किरकोळ विक्रेता -> ग्राहक -> घाऊक विक्रेता

उत्तर = C

17] कोणता एक वेब बेस्ड अकाउंटिंग आहे

अ] आधुनिक व्यवसायासाठी सॉफ्टवेअर डिझाइन केले आहे?

ब] व्यस्त

क] टॅली

ड] पंख

उत्तर = C

4

उत्पादकता MCQ

Scan for Theory Videos

1] एटीएम वापरताना, ग्राहकाद्वारे प्रमाणीकरण .... प्रविष्ट करून प्रदान केले जाते.

अ] रोख

ब] IFSC]

क] पिन

डी] केवायसी]

उत्तर = C

2] ATM चा विस्तार ...... आहे.

अ] असिंक्रोनस टेलर मशीन

ब] ऑटोमेटेड टेलर मशीन

C] ऑटोमेटेड टाईम मशीन

ड] स्वायत्त टाइम मशीन

उत्तर = B

3] कमी उत्पादनक्षमतेमुळे ....

अ] नोकरीची सुरक्षा

ब] राजकीय स्थिरता

C] दरडोई GDP मध्ये घट

D] दरडोई GDP मध्ये वाढ

उत्तर = C

4] उत्पादनाची व्याख्याD] एक गुणोत्तर म्हणून केली जाते ...

अ] आउटपुट / इनपुट

ब] इनपुट/आउटपुट

क] कारागिरीचे उत्पादन / कौशल्य

ड] कारागिरीचे इनपुट / कौशल्य

उत्तर = ए

5] उत्पादकता .... चे गुणोत्तर म्हणून परिभाषित केली जाते.

अ] आउटपुट /इनपुट

ब] इनपुट/आउटपुट

क] कारागिरीचे उत्पादन / कौशल्य

ड] कारागिरीचे इनपुट / कौशल्य

उत्तर = ए

6] ATM चा विस्तार .... आहे.

A] स्वयंचलितD] ट्यून मशीन

ब] ऑटोमेटेड] टेलर मशीन

C] असिंक्रोनस टेलर मशीन

ड] असिंक्रोनस टाइम मशीन

उत्तर = B

7] व्यवसायाद्वारे त्यांच्या क्लायंटची ओळख सत्यापित करण्यासाठी वापरली जाणारी प्रक्रिया आहे......

अ] जीडीपी

ब] केवायसी

C] ATM

ड] TFP

उत्तर = B

8 ऑटोमेशनचा फायदा काय आहे?

A] ReduceD] ऑपरेशन वेळ

ब] उच्च प्रारंभिक खर्च

C] अप्रत्याशित विकास खर्च

ड] सुरक्षा धोके

उत्तर = ए

9 जर कामगार दलात 125 दशलक्ष लोक असतील, 100 दशलक्ष लोक कार्यरत असतील आणि 25 दशलक्ष नाहीत तर बेरोजगारीचा दर किती असेल?

अ] २५%

ब] २०%

क] १७%

ड] १५%

उत्तर = B

10 कोणती बाजारपेठ खरी मजुरी आणि रोजगार ठरवते?

अ] भांडवली बाजार

ब] कामगार बाजार

क] पैशाचा बाजार

ड] मालाचा बाजार

उत्तर = B

11 संपूर्ण देश किंवा प्रदेशाची आर्थिक कामगिरी मोजण्यासाठी कोणता वापरला जातो?

अ] केवायसी]

ब] जीडीपी

C] TFP

ड] एटीएम

उत्तर = B

12 खालीलपैकी कोणते शुद्ध जोखमीची श्रेणी नाही?

अ] मालमत्तेचा धोका

ब] तंत्रज्ञानाचा धोका

क] दायित्व धोका

ड] कार्मिक जोखीम

उत्तर = B

13 खालीलपैकी कोणते प्रोत्साहनाचे उद्दिष्ट नाही?

अ] सुधारित गुणवत्ता

ब] उत्पादनाचा उच्च खर्च

C] उच्च उत्पादन

ड] कचरा कमी करा

उत्तर = B

14 यापैकी कोणते दस्तऐवज KYC] मानदंडांच्या पूर्ततेसाठी स्वीकार्य नाही?

A] मतदार ओळखपत्र] कार्ड डी

ब] रेशनकार्ड

क] निवासी प्रमाणपत्र

ड] उत्पन्नाचा दाखला

उत्तर = डी

15 जलद महसूल वाढीचा कालावधी कोणता टप्पा आहे?

अ] वाढीचा टप्पा

ब] परिपक्वता टप्पा

क] घट टप्पा

ड] परिचय टप्पा

उत्तर = ए

5

व्यावसायिक सुरक्षा MCQ

Scan for Theory Videos

1प्रथमोपचाराचा 1 ABC] म्हणजे ____________

अ] वायुमार्ग, रक्तस्राव आणि अभिसरण

ब] वायुमार्ग, श्वासोच्छ्वास आणि अभिसरण

क] वायुमार्ग, रक्तस्त्राव आणि संक्षेप

ड] वायुमार्ग, श्वासोच्छ्वास आणि संक्षेप

उत्तर = B

2 किती डेसिबलवर, ध्वनी घातक ध्वनी प्रदूषण बनतो?

अ] ३० च्या वर

ब] 80 च्या वर

क] 100 च्या वर

ड] 120 च्या वर

उत्तर = B

3 भूकंप ____________ नावाच्या उपकरणाने मोजला जातो.

अ] तार

ब] सिस्मोग्राफ

क] ऑसिलोग्राफ

ड] बार आलेख

उत्तर = B

4 HeaD] संरक्षण ___________ द्वारे केले जाते

अ] शिरस्त्राण

ब] गॉगल

क] हातमोजे

ड] मुखवटा

उत्तर = ए

5 अग्निशमन पद्धतीमध्ये] 'उपासमार' __________ आहे

अ] ऑक्सिजनची मर्यादा

ब] पाणी ओतणे

C] इंधन काढून टाकणे

डी] तापमानात घट

उत्तर = C

6 नोकरीच्या दुखापती आणि आजारपणावर, पैसा वेळ आणि मेहनत खर्च. हे नुकसान व्यवस्थापित करण्याचा सर्वात व्यावहारिक मार्ग कोणता आहे?

अ] सुरक्षितता हा कामगार कराराचा भाग असल्याची खात्री करा

ब] आक्रमक दावे हाताळणे

क] चांगले विमा संरक्षण

ड] प्रभावी सुरक्षा आणि नुकसान नियंत्रण कार्यक्रम

उत्तर = डी

7 ओझोनचा थर ____________ ने बनलेला आहे

अ] एक ऑक्सिजन अणू

ब] दोन ऑक्सिजन अणू

C] तीन ऑक्सिजन अणू

ड] चार ऑक्सिजन अणू

उत्तर = C

8 टाकून दिलेल्या वस्तूंच्या नवीन उपयुक्त उत्पादनांमध्ये पुनर्प्रक्रिया करणे याला __________ म्हणतात.

अ] टाकाऊ वस्तूंचा पुनर्वापर

ब] सामग्रीचा पुनर्वापर

C] घनकचऱ्याचे व्यवस्थापन

ड] कच्च्या मालाचा वापर कमी करणे

उत्तर = B

9 सजीव वस्तूंचा त्यांच्या पर्यावरणाशी संबंधित अभ्यासाला .... म्हणतात.

अ] परिसंस्था

ब] अर्थशास्त्र

क] पर्यावरणशास्त्र

ड] इक्लोग

उत्तर = C

10 पर्यावरण वाचवण्यासाठी तीन आर आहेत ....

अ] आरक्षित करणे, कमी करणे, पुनर्वापर करणे

ब] पुन्हा वापरणे, राखून ठेवणे, कमी करणे

क] राखून ठेवणे, पुन्हा वापरणे, कमी करणे

ड] कमी करणे, पुनर्वापर करणे, पुन्हा वापरणे

उत्तर = डी

11 कंपन आणि रेडिएशन ________ अंतर्गत येतात

अ] रासायनिक धोके

ब] शारीरिक धोके

C] विद्युत धोके

ड] मानसिक धोके

उत्तर = B

12 कोणता मनुष्य प्रवृत्त धोका आहे?

अ] भूस्खलन

ब] चक्रीवादळ

क] ज्वालामुखी

ड] भूकंप

उत्तर = ए

13 कोणता A] अपारंपरिक ऊर्जा संसाधन आहे?

अ] सौर

ब] कोळसा

क] मिथेन

D] हायड्रोइलेक्ट्रिक

उत्तर = B

14 कामासाठी असुरक्षित स्थिती कोणती आहे?

अ] तेलकट मजला

ब] चांगला प्रकाश

क] योग्य साधने

ड] पुरेशी वायुवीजन

उत्तर = ए

15 कामासाठी कोणती असुरक्षित स्थिती आहे?

अ] चांगला प्रकाश

ब] योग्य साधने

क] पुरेशी वायुवीजन

D] कोणता घटक व्यावसायिक आरोग्य आणि सुरक्षिततेशी संबंधित नाही?

उत्तर = ए

16 ग्लोबल वार्मिंगसाठी मुख्य हरितगृह वायू कोणता आहे?

अ] हायड्रोजन

ब] ऑक्सिजन

क] नायट्रोजन

ड] कार्बन डायऑक्साइड

उत्तर = डी

17 खालीलपैकी कोणता एर्गोनॉमिक धोका नाही?

अ] अस्ताव्यस्त स्थिती

ब] गरीब घरकाम

क] भावनिक अस्वस्थता

ड] यंत्रसामग्रीची चुकीची मांडणी

उत्तर = C

18 खालीलपैकी कोणता 3 R चा भाग नाही?

अ] कमी करणे

ब] रिसायकल

क] पुनर्जन्म

ड] पुनर्वापर

उत्तर = C

6

कामगार कल्याण कायदा MCQ

Scan for Theory Videos

कारखाना अधिनियम, 1948 नुसार कारखान्यात .... पेक्षा जास्त कामगार असल्यास कारखान्यात कॅन्टीन पुरविण्यात यावे.

अ] 100

ब] 250

क] 500

ड] 1000

उत्तर = B

2 कारखाना कायद्यांतर्गत, महिलांच्या कामाच्या वेळेवर निर्बंध ....

A] सकाळी 5 च्या आधी आणि संध्याकाळी 7 च्या पुढे

ब] सकाळी 6 च्या आधी आणि संध्याकाळी 7 च्या पुढे

C] सकाळी 6 च्या आधी आणि रात्री 8 च्या पुढे

D] सकाळी ७ च्या आधी आणि रात्री ८ च्या पुढे

उत्तर = B

3 कारखाना कायद्यांतर्गत, कामगारांचे साप्ताहिक तास........... पेक्षा जास्त नसावेत.

अ] 60 तास

ब] 50 तास

क] ४८ तास

ड] 40 तास

उत्तर = C

4 ILO चा विस्तार काय आहे?

अ] आंतरराष्ट्रीय कामगार संघटना

ब] भारतीय कामगार संघटना

क] भारतीय कामगार व्यवसाय

ड] आंतरराष्ट्रीय कामगार व्यवसाय

उत्तर = ए

5 EPF कायदा, 1962 नुसार, बेसिक] पगारातून कर्मचाऱ्यांच्या योगदानाची किमान टक्केवारी किती आहे?

अ] ८.५०%

ब] 9%

क] १२%

ड] 12.50%

उत्तर = C

6 देयक वेतन कायद्यानुसार "मजुरी" रकमेत कोणती रक्कम समाविष्ट आहे?

अ] महागाई भत्ता

ब] कोणताही प्रवास भत्ता

C] ओव्हरटाइमच्या संदर्भात देय असलेले कोणतेही मोबदला

D] कोणत्याही पुरस्काराअंतर्गत देय असलेले कोणतेही मोबदला

उत्तर = ए

7 कोणता घटक व्यावसायिक आरोग्य आणि सुरक्षिततेशी संबंधित नाही?

अ] सुरक्षितता

ब] आरोग्य

क] कल्याण

ड] पगार

उत्तर = डी

8 खालीलपैकी कोणता वायु प्रदूषक आहे?

अ] ऑक्सिजन

ब] नायट्रोजन

C] कार्बन डायऑक्साइड

ड] कार्बन मोनोऑक्साइड

उत्तर = डी

9 कायद्याची कोणती योजना कामगारांसाठी आरोग्य विमा आवश्यकता प्रदान करते?

अ] कारखाना कायदा

ब] वृक्षारोपण कामगार कायदा

क] कर्मचारी भरपाई कायदा

ड] कर्मचारी राज्य विमा कायदा

उत्तर = डी

7
दर्जेदार साधने MCQ

Scan for Theory Videos

1 फिशबोन चार्टला .... असेही म्हणतात.
अ] कारण आणि परिणाम आकृती
ब] स्कॅटर आकृती
C] नियंत्रण तक्ता
डी] हिस्टोग्राम
उत्तर = ए
2 PDCA सायकलमध्ये 'P' म्हणजे ....

अ] प्रक्रिया
ब] योजना
क] समस्या
ड] प्रक्रिया
उत्तर = B
3 QMS चा विस्तार........................ आहे.
A] गुणवत्ता व्यवस्थापन मानकD
ब] गुणवत्ता मापन मानकD
क] गुणवत्ता मापन प्रणाली
ड] गुणवत्ता व्यवस्थापन प्रणाली
उत्तर = डी
4 PDCA] म्हणजे ....
अ] योजना, विकास, नियंत्रण, कायदा
ब] योजना, करा, तपासा, कायदा
क] योजना, विकास, तपासणी, कायदा
ड] योजना, करा, नियंत्रण,
कायदा उत्तर = B
5 लोकप्रिय दर्जेदार साधनांची एकूण संख्या....
अ] ९
ब] ८
क] ७
ड] 6
उत्तर = C
6 “SERI” चा अर्थ काय आहे?
अ] वर्गीकरण करणे
ब] स्वयंशिस्त
क] मानकीकरण
ड] पद्धतशीर मांडणी
उत्तर = ए
7 गुणवत्ता साधनांमध्ये "हिस्टोग्राम" चे कार्य काय आहे?
अ] समस्या क्षेत्रे कमी करा
ब] वेगळ्या कारणांचा प्रभाव
C] वितरणाचा आकार दर्शवतो
ड] समस्येच्या घटकांचे मूल्यांकन करा

उत्तर = C

8 ISO 9001 नोंदणीची शेवटची पायरी कोणती आहे?

अ] सुधारात्मक आणि प्रतिबंधात्मक कारवाई

ब] अंतर्गत लेखापरीक्षण

क] व्यवस्थापन आढावा बैठक

ड] प्रमाणन आणि ऑडिट

उत्तर = डी

9 “कचरा” या शब्दासाठी कोणते नाव वापरले जाते?

अ] मुडा]

ब] मुरा]

क] मुरी

ड] मुसा]

उत्तर = ए

10 गुणवत्तेचे प्रमाण ठरवण्यासाठी कोणते सूत्र योग्य आहे

अ] Q = P/Q

B] Q = Q/E

C] E = E/P

D] P = Q/P

उत्तर = ए

11 गुणवत्ता वर्तुळात कोणते मूलभूत साधन वापरले जात नाही?

अ] हिस्टोग्राम

ब] पॅरेटो चार्ट

क] पत्रक तपासा

ड] टॉर्क रेंच

उत्तर = डी

12 कोणते प्रमाणित ISO मानक नाही?

A] ISO 9010

ब] ISO 9001

C] ISO 9002

ड] ISO 9003

उत्तर = ए

13 खालीलपैकी कोणते गुणवत्तेचे वैशिष्ट्य नाही?

अ] गुणवत्ता नियंत्रण

ब] डिझाइनची गुणवत्ता

क] खात्रीची गुणवत्ता

डी] गैर-अनुरूपतेची गुणवत्ता

उत्तर = डी

14 गुणवत्तेचे कोणते विधान गुणवत्ता गुरू डॉ. जे.एम. जुरान यांनी केले होते?

अ] गुणवत्तेचा उद्देश असावा

ब] गुणवत्ता म्हणजे वापरासाठी योग्यता

C] गुणवत्ता म्हणजे पैशाचे मूल्य

D] गुणवत्ता म्हणजे गरजेशी सुसंगतता

उत्तर = B

8

आयटी साक्षरता MCQ

Scan for Theory Videos

प्र.१. स्मृतीचे सर्वात मोठे एकक खालीलपैकी कोणते?

अ] गिगाबाइट्स.

ब] बाइट्स.

क] मेगाबाइट्स.

ड] किलोबाइट्स.

Q.2. सॉफ्टवेअरचा प्राथमिक उद्देश डेटामध्ये बदलणे हा आहे.

अ] वेबसाइट.

ब] माहिती.

क] कार्यक्रम.

ड] वस्तू.

Q.3. GUI चा अर्थ आहे

अ] <u>ग्राफिकलयूजरइंटरफेस.</u>

ब] ग्रेटर यूजर इंटरफेस.

C] ग्राफिकल युनियन इंटरफेस.

ड] ग्राफिकल वापरकर्ता स्वारस्य.

Q.4. की बोर्ड की ज्यावर बाण असतात त्यांना म्हणतात -

अ] फंक्शन की.

ब] <u>नेव्हिगेशनकी.</u>

क] टाइपरायटर की.

ड] विशेष उद्देश कळा.

Q.5. ASSCII, EBCDIC आणि युनिकोड ही ॲप्लिकेशन सॉफ्टवेअरची उदाहरणे आहेत

अ] खरे.

ब <u>] असत्य.</u>

प्र.६. विंडोज ऑपरेटिंग सिस्टममधील स्क्रीनच्या कोणत्याही भागामध्ये प्रवेश करण्याचा सर्वात सोपा मार्ग म्हणजे वापरणे.

अ] की बोर्ड.

ब] उंदीर.

क] <u>उंदीर.</u>

ड]] जॉयस्टिक.

प्र.७. सॉफ्टवेअरला ए असे देखील म्हणतात

अ] प्रक्रिया.

ब] डेटा.

क] <u>कार्यक्रम.</u>

ड] माहिती.

प्र.८. मूळ फाईल्स खराब झाल्यास किंवा हरवल्यास बॅक प्रोग्राम फायलींच्या प्रती बनवतात.

अ] <u>खरे.</u>

ब] असत्य.

प्र.९. मायक्रोप्रोसेसरला अनेकदा CPU असे म्हणतात

अ] <u>खरे.</u>

ब] असत्य.

प्र.१०. .... युटिलिटी हार्ड डिस्कवरील अनावश्यक फाइल्स ओळखते आणि वापरकर्त्यांच्या आदेशाच्या आधारे त्या मिटवते.

अ] बॅकअप.

ब] फाइल कॉम्प्रेशन.

C] प्रोग्राम अनइन्स्टॉल करा.

डी]] डिस्कसाफकरा.

प्र.११. या प्रकारचे सॉफ्टवेअर तुम्हाला अधिक उत्पादनक्षम कार्ये बनविण्यात मदत करण्यासाठी डिझाइन केलेले आहे आणि जवळजवळ प्रत्येक डिस्क लाइव्ह आणि व्यवसायात मोठ्या प्रमाणावर वापरले जाते.

अ] कम्युनिकेशन सॉफ्टवेअर.

ब] उपयुक्तता सॉफ्टवेअर.

क] बेसिकॲप्लिकेशनसॉफ्टवेअर.

ड] सिस्टम सॉफ्टवेअर.

Q.12. लघुसंगणक म्हणूनही ओळखले जाते.

अ] मध्यमश्रेणीचेसंगणक.

ब] वैयक्तिक डिजिटल संगणक.

C] मेनफ्रेम संगणक.

ड] लॅपटॉप संगणक.

प्र.१३. खालीलपैकी कोणते उपकरण संगणकावर जलद खेळ खेळण्यासाठी वापरले जाते.

अ] स्पर्श पृष्ठभाग.

ब] टच स्क्रीन.2

क] ट्रॅक बॉल.

डी] जॉयस्टिक.

प्र.१४. खालीलपैकी कोणता संगणक पोर्टेबल संगणक मानला जाणार नाही.

अ] डेस्कटॉपसंगणक.

ब] नोटबुक संगणक.

C] वैयक्तिक डिजिटल सहाय्यक.

ड] यापैकी नाही.

प्र.१५. हेडफोन हे एक सामान्य आउटपुट उपकरण आहे.

अ] खरे.

ब] असत्य.

प्र.१६. अनइन्स्टॉल प्रोग्रॅम्स आम्हाला संगणकात इन्स्टॉल केलेले अवांछित प्रोग्रॅम काढून टाकण्यास मदत करतात.

अ] खरे.

ब] असत्य.

प्र.१७. स्टोरेज डिव्हाइसची क्षमता सामान्यतः बाइट्सच्या संदर्भात मोजली जाते.

अ] खरे.

ब] असत्य.

प्र.१८. स्टोरेज डिव्हाइसची क्षमता सामान्यतः मीटरच्या संदर्भात मोजली जाते.

अ] खरे.

ब] असत्य.

प्र.19............ हे पॉइंटिंग यंत्र आहे.

अ] उंदीर.

ब] प्रिंटर.

क] स्कॅनर.

ड] कीबोर्ड.

प्र.२०. F1, F2 वगैरे लेबल असलेल्या कीबोर्ड की .... म्हणतात.

अ] फंक्शनकी.

ब] संख्यात्मक कळा.

क] टाइपरायटर की.

ड] विशेष उद्देश कळा.

प्र.२१. कॅप्स लॉक सारख्या कीबोर्ड की ज्या वैशिष्ट्ये चालू किंवा बंद करतात त्यांना म्हणतात.

अ] फंक्शन की.

ब] संयोजन की.

क] कीटॉगलकरा.

ड] विशेष उद्देश की.

प्र.२२. वर्ड प्रोसेसिंग, इलेक्ट्रॉनिक स्प्रेड शीट्स, डेटाबेस मॅनेजर आणि ग्राफिक्स प्रोग्राम हे सर्व शीर्षकाखाली गटबद्ध केले आहेत.

अ] ब्राउझिंग प्रोग्राम्स.

ब] कार्यप्रणाली.

क] ऍप्लिकेशनसॉफ्टवेअर.

ड] डेटा आणि माहिती.

प्र.२३. कीबोर्ड, माउस, मॉनिटर आणि सिस्टम युनिट एकत्रितपणे या नावाने देखील ओळखले जाते

अ] घन वस्तू.

ब] सॉफ्टवेअर.

क] हार्डवेअर.

ड] फर्म वेअर.

प्र.२४. मॉनिटर स्क्रीनवरील प्रतिमेच्या आउटपुटला सहसा सॉफ्ट कॉपी म्हणतात.

अ] खरेआहे .

ब] असत्य.

प्र.२५. बायनरी क्रमांकन प्रणालीतील प्रत्येक 0 आणि 1 ला बिट म्हणतात.

अ] खरेआहे .

ब] असत्य.

प्र.२६. कॅच मेमरी RAM मधून वारंवार ऍक्सेस केलेली माहिती संग्रहित करण्यासाठी वापरली जाते.

अ] खरेआहे .

ब] असत्य.

प्र.२७. सिस्टम बोर्डला मुख्य बोर्ड किंवा मदर बोर्ड असेही म्हणतात.

अ] खरेआहे .

ब] असत्य.

प्र.२८. ASSCII, EBCDIC आणि युनिकोड या बायनरी कोडिंग योजना आहेत.

अ] खरेआहे .

ब] असत्य.

प्र.२९. कीबोर्डवर 0-9 असे लेबल लावलेल्या कळा म्हणतात.

अ] फंक्शन की.

B] संख्यात्मककी.

क] टाइपरायटर की.

ड] विशेष उद्देश कळा.

प्र.३०. CD ROM म्हणजे कॉम्पॅक्ट डिस्क रीड ओन्ली मेमरी.

अ] खरेआहे .

ब] असत्य.

प्र.३१. .... मध्ये चरण-दर-चरण परिचय असतात जे संगणकाला कार्य कसे पूर्ण करायचे ते सांगतात.

अ] कार्यक्रम.

ब] हार्डवेअर.

क] डेटा.

ड] वस्तू.

प्र.३२. सीडी-आर म्हणजे सीडी-रेकॉर्डेबल.

अ] खरे.

ब] असत्य.

Q.33.......... हे बॅकग्राउंड सॉफ्ट वेअर आहे जे संगणकाला त्याच्या अंतर्गत संसाधनांचे व्यवस्थापन करण्यास मदत करते.

अ] सिस्टमसॉफ्टवेअर.

ब] माहिती.

क] वस्तू.

ड] यापैकी नाही.

प्र.३४. प्रिंटर वापरून मिळवलेल्या प्रतिमेच्या आउटपुटला हार्ड कॉपी म्हणतात.

अ] खरे.

ब] असत्य.

प्र.35. फाईल कम्प्रेशन प्रोग्राम्स शिवाय, खाली दिलेले आहेत

अ] विन जि.प.

ब] RAID.

क] आरएआर जिंका.

ड] पीके जि.प.

प्र.३६. डिस्कवरील ट्रॅक हे अनेक गोलाकार रिंग क्षेत्रांपैकी एक आहे जेथे डेटा चुंबकीय पद्धतीने लिहिला जातो.

अ] खरे.

ब] असत्य.

प्र.३७. फ्लॉपी डिस्क्स काढता येण्याजोग्या स्टोरेज मीडिया आहेत.

अ] खरे.

ब] असत्य.

प्र.३८. कीबोर्ड की ज्यावर बाण आहेत त्यांना म्हणतात.

अ] फंक्शन की.

ब] संयोजन की.

क] नेव्हिगेशनकी

ड] विशेष उद्देश की.

प्र.३९. मायक्रोप्रोसेसरला अनेकदा CPU म्हणतात.

अ] खरेआहे .

ब] असत्य.

Q.40. आठ बिट्स चाव्याव्दारे बनतात.

अ] खरे.

ब] असत्य.

प्र.४१. मॉनिटर स्क्रीनवरील प्रतिमेच्या आउटपुटला बर्याचदा हार्ड कॉपी म्हणतात.

अ] खरे.

ब] असत्य.

Q.42.......... सामान्यतः वापरल्या जाणाऱ्या अनुप्रयोगांचे प्रतिनिधित्व करण्यासाठी आणि उघडण्यासाठी वापरल्या जाणाऱ्या ग्राफिकल वस्तू आहेत.

अ] GUI.

ब] प्राइमर्स'.

सी] विंडोज एनटी.

डी] <u>चिन्हे.</u>

Q.43. CD-ROM म्हणजे CD-RW.

अ] खरे.

ब] <u>खोटे.</u>

Q.44. RAM मध्ये संग्रहित डेटा आहे

अ] अस्थिर आहे.

ब] <u>वीजचालूअसतानाचअसते</u>.

C] पॉवर बंद केल्यानंतर काही मिनिटेच राहते.

ड] कायमस्वरूपी आहे आणि केवळ पॉवर फेल्युअरमध्ये गमावले आहे.

प्र.४५. CD-R म्हणजे CD-Regional.

अ] खरे.

ब] <u>खोटे.</u>

Q.46. मॉनिटरचे प्राथमिक कार्य वापरकर्त्याला माहिती प्रदर्शित करणे आहे.

अ] <u>खरे.</u>

ब] असत्य.

प्र.४७. रँडम ऍक्सेस मेमरी] रॅम. स्मृती प्रकार आहे.

अ] कायम.

ब] <u>तात्पुरता.</u>

क] फ्लॅश.

ड] स्मार्ट.

Q.48 संगणकाची बाह्य मेमरी मदरबोर्डवर स्लॉटच्या स्वरूपात असते.

अ] <u>खोटे.</u>

ब] खरे.

Q.49 संगणकाची अंतर्गत मेमरी मदरबोर्डवर चिप्सच्या स्वरूपात असते

अ] <u>खरे.</u>

ब] असत्य.

Q.50 कॅशे मेमरी रॅम वरून वारंवार ऍक्सेस केलेली माहिती संग्रहित करण्यासाठी वापरली जाते.

अ] <u>खरे.</u>

ब] असत्य.

प्र.१. "सिस्टम डेट" आणि "सिस्टम टाइम" ही संगणकाच्या अंतर्गत घड्याळाने राखलेली तारीख आणि वेळ आहे.

अ] <u>खरे</u>

ब] असत्य

Q.2. डिस्क क्लीनअपचा वापर तुमच्या फाइल्सची पुनर्रचना करण्यासाठी केला जातो जेणेकरून त्या तुटल्या जाणार नाहीत.

अ] खरे

ब] <u>असत्य</u>

Q.3. विंडो व्हिस्टा मध्ये फोल्डर सिस्टमला "डिरेक्टरी सिस्टम" असेही म्हणतात.

अ] <u>खरे</u>

ब] असत्य

Q.4. "rtf" म्हणजे "रिच टेक्स्ट फॉरमॅट"

अ] <u>खरे</u>

ब] असत्य

Q.5. Windows Vista कसे वापरायचे, समस्यानिवारण माहिती मिळवणे, समर्थन प्राप्त करणे आणि बरेच काही कसे करायचे हे जाणून घेण्यासाठी तुम्ही .... वर क्लिक करू शकता.

अ] "शोध"

ब] "विंडोज"

C] "प्रारंभ करा"

डी] <u>"मदतआणिसमर्थन"</u>

प्र.६. MS पेंटमध्ये वक्र रेषा काढण्यासाठी, आपल्याला .... आयकॉनवर क्लिक करावे लागेल.

अ] <u>"वक्र"</u>

ब] "ओळ"

C] "बहुभुज"

D] "आयत"

प्र.७. .... छापायच्या वर्णांची उंची आणि रुंदी संदर्भित करते.

अ] <u>"फॉन्टआकार"</u>

ब] "सीमा"

C] "सेल"

D] "फॉन्ट शैली"

प्र.८. एक बटण आहे जे "शीर्षक पट्टी" वर उपस्थित नाही.

अ] कमी करणे

ब] प्रारंभकरा

क] कमाल करणे

ड] बंद करा

प्र.९. डिस्क डीफ्रॅगमेंटरचा वापर तुमच्या हार्ड डिस्कवरील अनावश्यक फाइल्स काढून टाकण्यासाठी केला जातो आणि तुमचा कॉम्प्युटर वेगाने चालतो.

अ] खरे

ब] असत्य

प्र.१०. तुमच्या चित्राचा आकार बदलण्यासाठी, मेनूमधून "इमेज विशेषता" निवडा.

अ] खरे

ब] असत्य

प्र.११. कॅल्क्युलेटर ऍप्लिकेशन सुरू करण्यासाठी "प्रारंभ करा" क्लिक करा आणि "सर्व प्रोग्राम ॲक्सेसरीज कॅल्क्युलेटर" निवडा.

अ] खरे

ब] असत्य

Q.12. .... मोठ्या आणि जटिल मजकूर दस्तऐवज तयार करण्यासाठी आणि स्वरूपित करण्यासाठी वापरले जाऊ शकते.

एक गणकयंत्र"

ब] "वर्डपॅड"

C] "नोटपॅड"

D] "टेक्स्ट पॅड"

प्र.१३. नोटपॅड हा मूलभूत मजकूर संपादक आहे ज्याचा वापर साधे दस्तऐवज तयार करण्यासाठी केला जाऊ शकतो.

अ] खरे

ब] असत्य

प्र.१४. फोल्डर प्रणालीला "................" असेही म्हणतात.

अ] "दिग्दर्शन प्रणाली"

ब] "निर्देशिकाप्रणाली"

C] "डिरेक्टरी यादी"

ड] "फोल्डर बुक"

प्र.१५. फोल्डरमधील फोल्डर "फोल्डर सूची" म्हणून ओळखले जाते.

अ] खरे

ब] असत्य

प्र.१७. A .... हे एका कंटेनरसारखे आहे ज्यामध्ये तुम्ही फाइल्स साठवू शकता.

अ] "चिन्ह"

ब] "दस्तऐवज"

C] "फोल्डर"

D] "पत्रक"

प्र.१८. ऑपरेटिंग सिस्टिमचे काम .... ते आहे

अ] अनेक उपयुक्त आज्ञा सहजपणे कार्यान्वित करा.

ब] परिभाषित अनुप्रयोग प्रोग्राम इंटरफेसद्वारे सेवेसाठी विनंती करणे.

C] सर्वातमूलभूतस्तरावरसंगणकनियंत्रितकरण्यासाठी.

ड] यापैकी नाही.

प्र.१९. विंडो इंटरफेस .... वर आधारित आहे.

A] "ग्राफिकलयूजरइंटरफेस" किंवा GUI

B] ॲप्लिकेशन प्रोग्राम इंटरफेस किंवा] API.

C] "क्लिपबोर्ड"

ड] यापैकी नाही

प्र.२०. फाईलच्या नावात फाईलचे नाव आणि उप फाईलचे नाव असे दोन भाग असतात.

अ] खरे

ब] असत्य

प्र.२१. विशिष्ट फाइलचे स्थान पटकन ॲक्सेस करण्यासाठी, तुम्ही फाइलसाठी शॉर्टकट आयकॉन तयार करा आणि डेस्कटॉपवर ठेवा.

अ] खरे

ब] असत्य

प्र.२२. Windows Vista मध्ये विंडो साइडबारमध्ये गॅझेट्स नावाचे मिनी-प्रोग्राम असतात.

अ] खरे

ब] असत्य

प्र.२३. नोटपॅड वापरून तयार केलेली फाईल एक्स्टेंशनसह साठवली जाते.................

अ] ".txt"

ब] ".docx"

C] ".png"

D] ".jpg"

प्र.२४. विंडोज व्हिस्टा मध्ये दोन प्रकारचे "शोधक" समर्थित आहेत: नियमित शोध झटपट शोध.

अ] खरे

ब] असत्य

प्र.२५. जेव्हा तुमचा संगणक बूट होतो आणि वापरण्यासाठी तयार असतो, तेव्हा तुम्ही पाहत असलेल्या स्क्रीनला .... म्हणतात.

अ] "टेबल टॉप"

ब] "डेस्कटॉप"

C] "लॅपटॉप"

ड] यापैकी नाही

प्र.२६. "संगणक" हे एक असे ॲप्लिकेशन आहे जे हँडहेल्ड कॅल्क्युलेटर प्रमाणेच कार्य करते.

अ] खरे

ब] असत्य

प्र.२७. .... हे स्पाय वेअर टाळण्यासाठी आणि काढून टाकण्यासाठी डिझाइन केलेले आहे.

अ] वापरकर्ता खाते नियंत्रण

ब] विंडोज फायरवॉल

सी] विंडोजडिफेंडर

ड] पालक नियंत्रण

प्र.२८. Windows Vista प्रोग्राम्समध्ये क्लिपबोर्ड उपलब्ध नाही.

अ] खरे

ब] असत्य

प्र.२९. "विंडोज एरो" म्हणजे काय

A] हा Windows XP साठी ग्राफिकल यूजर इंटरफेस आहे.

ब] हा Windows Vista साठीग्राफिकलयूजरइंटरफेसआहे.

क] अर्ज कार्यक्रम

ड] यापैकी नाही

प्र.३०. संगणकाचा मूलभूत प्रोग्राम कोणता आहे?

अ] कार्यप्रणाली

ब] सॉफ्टवेअर प्रोग्राम

क] अर्ज कार्यक्रम

ड] यापैकी नाही

प्र.३१. जसे तुम्ही टाइप करता, मजकूर आपोआप पुढच्या ओळीवर सरकतो तो समासाच्या उजव्या टोकाला पोहोचतो. या वैशिष्ट्याला "वर्ड रॅप" म्हणतात.

अ] खरे

ब] असत्य

प्र.३२. "लॉग ऑफ" ही वीज वाचवणारी स्थिती आहे.

अ] खरे

ब] <u>असत्य</u>

प्र.३३. विंडोज व्हिस्टा मध्ये, तुम्ही तुमच्या स्क्रीनच्या वेगवेगळ्या भागात एकाच वेळी अनेक प्रोग्राम्स चालू असलेले पाहू शकता.

अ] <u>खरे</u>

ब] असत्य

प्र.३४. द .... मेनूचा वापर दस्तऐवजात सादर केलेले स्वरूप सुधारण्यासाठी केला जातो.

अ] "घाला"

ब] "संपादित करा" ?

C] <u>"स्वरूप"</u>

डी] "फाइल"

प्र.35. पेंट ऑब्जेक्टमध्ये मजकूर जोडण्यासाठी "टेक्स्ट" टूल वापरला जातो.

अ] <u>खरे</u>

ब] असत्य

प्र.३६. "............" तुमच्या संगणकाचे दुर्भावनापूर्ण सॉफ्टवेअरपासून संरक्षण करण्यात मदत करते.

अ] <u>"विंडोजफायरवॉल"</u>

ब] "विंडोज डिफेंडर"

C] "स्पाय वेअर"

D] यापैकी.

प्र.३७. .... हा एक मूलभूत मजकूर संपादन प्रोग्राम आहे आणि तो मजकूर फाइल्स पाहण्यासाठी किंवा संपादित करण्यासाठी सर्वात जास्त वापरला जातो.

एक गणकयंत्र"

ब] <u>"नोटपॅड"</u>

C] "पत्ता पुस्तिका"

डी] "पेंट"

प्र.३८. विंडोज ऑपरेटिंग सिस्टम स्क्रीन सेव्हरमध्ये

A] अनेक प्रकारच्या दुर्भावनापूर्ण सॉफ्टवेअरपासून तुमच्या संगणकाचे रक्षण करण्यात मदत करते.

B] एक लांब, उभ्या पट्टी आहे जी तुमच्या डेस्कटॉपच्या बाजूला प्रदर्शित केली जाते.

C] <u>हाएकप्रोग्रामआहेजोविशिष्टकालावधीसाठीइनपुटप्राप्तझाल्यानंतरप्रतिमा, ॲनिमेशनकिंवासंगणकावरीलफक्तरिक्तस्क्रीनवरप्रदर्शितहोतो.</u>

ड] यापैकी नाही.

प्र.३९. Windows Vista मधील वैशिष्ट्ये तुमचा PC अक्षरशः कधीही आणि कुठेही वापरणे सोपे, सुरक्षित आणि अधिक मनोरंजक बनवतात.

अ] <u>खरे</u>

ब] असत्य

Q.40. Windows Vista मधील .... वरील प्रोग्राम्स तिथेच राहतात आणि ते सुरू करण्यासाठी क्लिक करण्यासाठी तुमच्यासाठी नेहमी उपलब्ध असतात.

अ] "बहुतेक वेळा वापरल्या जाणाऱ्या प्रोग्रामची सूची.

ब] <u>"पिनकेलेल्यावस्तूंचीयादी"</u>

C] "कागदपत्रे"

D] "नियंत्रण पॅनेल"

प्र.४१. Windows Vista मध्ये .... ही पॉवर सेव्हिंग स्टेट आहे.

अ] लॉग ऑफ

ब] <u>झोप</u>

C] रीस्टार्ट करा

ड] कुलूप

Q.42. AERO हे .... चे संक्षिप्त रूप आहे.

अ] <u>अस्सल, उत्साही, चिंतनशीलआणिखुले.</u>

ब] आवश्यक, चिंतनशील आणि खुले.

क] अंकगणित, आवश्यक, परावर्तक आणि ऑब्जेक्ट.

ड] अस्सल, आवश्यक, चिंतनशील आणि खुले.

Q.43. स्क्रीनच्या तळाशी, आपण एक लांब, पातळ बार पाहू शकता ज्याला .... म्हणतात.

अ] <u>"टास्कबार"</u>

ब] "शीर्षक पट्टी"

C] "मेनू बार"

D] "स्पेसबार"

Q.44. Windows Vista मध्ये एक "क्लिपबोर्ड" आहे ....

अ] एक अनुप्रयोग कार्यक्रम

ब] <u>तुम्हीकॉपीकेलेल्याकिंवाएकाठिकाणाहूनहलवलेल्याआणिइतरत्र वापरण्याचीयोजनाअसलेल्यामाहितीसाठीतात्पुरतेस्टोरेजक्षेत्र.</u>

सी] एक ऑपरेटिंग सिस्टम.

ड] यापैकी नाही.

प्र.४५. .... हा एक मूलभूत मजकूर संपादन प्रोग्राम आहे आणि तो

मजकूर फाइल्स पाहण्यासाठी किंवा संपादित करण्यासाठी सर्वात जास्त वापरला जातो.

एक गणकयंत्र"

ब] <u>"नोटपॅड"</u>

C] "पत्ता पुस्तिका"

डी] "पेंट"

Q.46. ...., हा एक ड्रॉईंग प्रोग्राम आहे जो ग्राफिक प्रतिमा सुधारित करण्यासाठी वापरला जाऊ शकतो.

अ] "ब्रश"

ब] <u>"पेंट"</u>

C] "नोटपॅड"

D] "वर्डपॅड"

प्र.४७. .... मेनूचा वापर दस्तऐवजात सादर केलेल्या सामग्रीचे स्वरूप वाढविण्यासाठी केला जातो.

अ] "घाला"

ब] "संपादित करा"

C] <u>"स्वरूप"</u>

डी] "फाइल"

प्र.४८. A .... हा स्क्रीनवरील एक आयताकृती विभाग आहे जो माहिती

आणि इतर कार्यक्रम प्रदर्शित करण्यासाठी वापरला जातो.

अ] चिन्ह

ब] डेस्कटॉप

क] <u>खिडकी</u>

ड] पटल

प्र.49. एकाच वेळी अनेक प्रोग्राम्स चालवण्याच्या ऑपरेटिंग सिस्टमच्या क्षमतेला "मल्टीटास्किंग" म्हणतात.

अ] <u>खरे</u>

ब] असत्य

प्र.५०. विंडो व्हिस्टा मध्ये, तुम्ही तुमच्या स्क्रीनच्या वेगवेगळ्या भागात

एकाच वेळी अनेक प्रोग्राम चालू असलेले पाहू शकता

अ]<u>खरे</u>

ब] असत्य

प्र.५१. फाईलच्या नावात दोन भाग असतात

अ] फोल्डरचे नाव

ब] विस्तार वापरा

C] <u>फाईलचेनाव</u>

D] सब फोल्डरचे नाव वापरा

प्र.५२. वापरून आपण मजकूराद्वारे नेव्हिगेट करू शकतो

अ] Cpu

ब] <u>उंदीर</u>

क] की बोर्ड

ड] मॉनिटर

प्र.१. MS Word 2007 मध्ये जेव्हा मजकूर निवडला जातो, तेव्हा "..........." आपोआप प्रदर्शित होतो.

अ] टास्कबार

ब] मुख्य टूलबार

C] <u>मिनीटूलबार</u>

ड] मेनू बार

Q.2. तुम्ही हे वापरून TOC बनवू शकता:

अ] शीर्षक शैली.

ब] सानुकूल शैली.

क] बाह्यरेखा स्तर.

ड] <u>हेसर्व.</u>

Q.3. .... फाईल उघडणे, जतन करणे, प्रिंट करणे आणि बंद करणे यासाठी कमांड असते.

अ] "घर"

ब] <u>"ऑफिसबटण"</u>

क] "पहा"

D] "घाला"

Q.4. .... कागदपत्रे डिझाइन करण्यासाठी विविध प्रकारचे पर्याय ऑफर करतात.

अ] मायक्रोसॉफ्ट एक्सेल

ब] मायक्रोसॉफ्ट पॉवरपॉइंट

C] <u>मायक्रोसॉफ्टवर्ड</u>

डी] मायक्रोसॉफ्ट ऍक्सेस

Q.5. खालील सर्व रिबन टॅब Word 2007 मध्ये प्रदर्शित केले आहेत, वगळता

अ] घर

ब] घाला

क] <u>साधने</u>

ड] पृष्ठ मांडणी

प्र.६. जेव्हा तुम्ही इन्सर्शन पॉइंट हलवण्यासाठी माउस वापरता, तेव्हा माउस पॉइंटरचा आकार आय-बीमसारखा असतो.

अ] खरे

ब] असत्य

प्र.७. इंडेक्स तुम्हाला एका दृष्टीक्षेपात दाखवते, दस्तऐवजात समाविष्ट केलेले विषय आणि माहिती शोधणे सोपे करते.

अ] खरे

ब] असत्य

प्र.८. तुमच्या गरजेनुसार WordArt मध्ये बदल करण्यासाठी तुम्ही "WordArt टूल्स" अंतर्गत "Format" टॅबवर क्लिक करू शकता.

अ] खरे

ब] असत्य

प्र.९. वर्डमध्ये फाईलला .... असे म्हणतात.

अ] "टेम्प्लेट"

ब] "फॉर्म"

C] "डेटाबेस"

D] "दस्तऐवज"

प्र.१०. मेल मार्ज वैशिष्ट्य, डेटाची सूची, विशेषतः नावे आणि पत्त्यांची फाइल एकत्र करते.

अ]खरे

ब] असत्य

प्र.११. मायक्रोसॉफ्ट वर्ड हा एकमेव वर्ड प्रोसेसर बाजारात उपलब्ध आहे.

अ] खरे

ब] असत्य

Q.12. हायपरलिंक दस्तऐवजातील स्थान किंवा मजकूराचा विभाग ओळखते ज्याला तुम्ही वैशिष्ट्य संदर्भासाठी नाव देता.

अ] खरे

ब] असत्य

प्र.१३. A .... हा दस्तऐवजाच्या एका भागातून त्याच दुसऱ्या भागात संबंधित माहितीचा संदर्भ आहे.

अ] हायपरलिंक

ब] क्रॉस-रेफरन्स

क] कागदपत्र

ड] दुवा

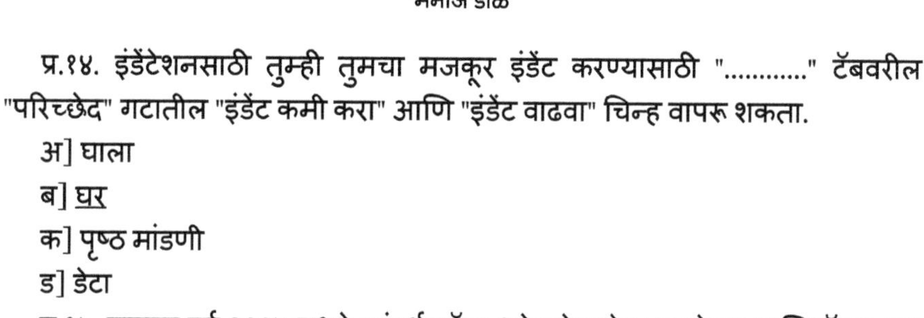

प्र.१४. इंडेंटेशनसाठी तुम्ही तुमचा मजकूर इंडेंट करण्यासाठी "..........." टॅबवरील "परिच्छेद" गटातील "इंडेंट कमी करा" आणि "इंडेंट वाढवा" चिन्ह वापरू शकता.

अ] घाला

ब] घर

क] पृष्ठ मांडणी

ड] डेटा

प्र.१५. एमएस वर्ड 2007 मध्ये "संदर्भ" टॅबमध्ये स्पेल चेक, स्क्वेअर आणि ट्रॅक बदल असतात.

अ] खरे

अ] असत्य

प्र.१६. "..............." हा समानार्थी शब्दांचा शब्दकोश आहे ज्याचा वापर तुम्ही एखाद्या संज्ञेचे समानार्थी शब्द शोधण्यासाठी करू शकता.

अ] भाषांतर करा

ब] शुद्धलेखन

क] कोश

ड] संशोधन

प्र.१७. A "................ " ही विषयांची सूची आहे जी दस्तऐवजात त्यांच्या संबंधित पृष्ठ संदर्भांसह दिसते.

अ] अनुक्रमणिका

ब] तक्ता

क] क्लिपबोर्ड

ड] विषयपत्रिका

प्र.१८. MS Word 2007 मध्ये उपलब्ध असलेल्या शैली लागू करून तुम्ही तुमचा दस्तऐवज स्वयंचलितपणे फॉरमॅट करू शकता.

अ] खरे

ब] असत्य

प्र.१९. A "............." हे वर्तमान दस्तऐवजातील स्थानाशी दुसऱ्या दस्तऐवज किंवा वेब साइटशी जोडलेले कनेक्शन आहे.

साखळी

ब] हायपरलिंक

क] हायपोलिंक

ड] दुवा

प्र.२०. मुद्रण पूर्वावलोकन मोडमध्ये दस्तऐवज पाहण्यासाठी, ऑफिस बटणावर क्लिक करा आणि "प्रिंट प्रिंट पूर्वावलोकन" निवडा.

अ] <u>खरे</u>

ब] असत्य

प्र.२१. तुमच्या दस्तऐवजातील व्याकरणाच्या आणि शब्दलेखनाच्या चुका आपोआप दुरुस्त करण्यासाठी तुम्ही "स्वयं पूर्ण वैशिष्ट्य" वापरू शकता.

अ] खरे

ब] <u>असत्य</u>

प्र.२२. वर्ड प्रोसेसिंग ऍप्लिकेशन वापरून तुम्ही दस्तऐवज तयार करू शकता, सुधारू शकता, संग्रहित करू शकता, पुनर्प्राप्त करू शकता आणि मुद्रित करू शकता.

अ] <u>खरे</u>

ब] असत्य

प्र.२३. "मिनी टूलबार" सर्वात वारंवार वापरल्या जाणाऱ्या फॉरमॅटिंग कमांड्समध्ये प्रवेश करण्याचा सोपा मार्ग प्रदान करतो.

अ] <u>खरे</u>

ब] असत्य

प्र.२४. तुमच्या डॉक्युमनेटमध्ये केवळ निवडलेली पृष्ठे मुद्रित करण्यासाठी, तुम्ही "प्रिंट रेंज" अंतर्गत "वर्तमान पृष्ठ" किंवा "पृष्ठ" पर्याय वापरू शकता.

अ] <u>खरे</u>

ब] असत्य

प्र.२५. MS Word 2007 जेव्हा आपण Office बटणावर क्लिक करतो तेव्हा "Edit" मेनू प्रदर्शित होतो.

अ] खरे

ब] <u>असत्य</u>

प्र.२६. फॅक्स, इन्व्हॉइस किंवा बिझनेस लेटर यांसारखे सामान्य हेतूचे दस्तऐवज तयार करण्यासाठी एक "................." हा पूर्व-डिझाइन केलेला दस्तऐवज आहे.

अ] <u>साचा</u>

ब] फाइल

क] फॉर्म

ड] डेटाबेस

प्र.२७. बहुस्तरीय सूची एकल स्तराऐवजी विविध स्तरांवर सूची आयटम दर्शवते.

अ] <u>खरे</u>

ब] असत्य

प्र.२८. A "............." माहिती क्षैतिज पंक्ती आणि उभ्या स्तंभांच्या वाचण्यास-सोप्या स्वरूपात व्यवस्थित करण्यासाठी वापरली जाते.

अ] सेल

ब] पत्रक

क] पेटी

ड] <u>तक्ता</u>

प्र.२९. डावीकडील वैयक्तिक वर्ण काढण्यासाठी तुम्ही "............" दाबू शकता.

अ] हटवा

ब] <u>बॅकस्पेस</u>

क] प्रविष्ट करा

ड] स्पेसबार

प्र.३०. जेव्हा तुम्ही "होम" टॅबवरील "फॉर्मेट प्रिंटर" आयकॉनवर क्लिक करता, तेव्हा तुम्ही पाहू शकता की तुमचा माउस पॉइंटर "............" आयकॉनमध्ये बदलतो.

अ] <u>पेंटब्रश</u>

ब] आय-बीम

क] बाण

ड] 4-वे बाण

प्र.३१. "नवीन दस्तऐवज" विंडोमध्ये टेम्पलेट नाव तपासून तुम्ही Word द्वारे प्रदान केलेले मानक टेम्पलेट वापरून एक नवीन दस्तऐवज तयार करू शकता.

अ] <u>खरे</u>

ब] असत्य

प्र.३२. एमएस वर्डचे मेल मर्ज वैशिष्ट्य तुम्हाला तुमचा दस्तऐवज मोठ्या संख्येने लोकांना विशेष ऑफरबद्दल मेल करण्याची सुविधा देते.

अ] <u>खरे</u>

ब] असत्य

प्र.३३. जेव्हा तुम्ही तुमचा माउस एका बटणावर हलवता तेव्हा एक .... प्रदर्शित होते. ते बटण काय करते याचे तपशीलवार वर्णन प्रदान करते.

अ] <u>सुपर-टूलटिप</u>

ब] उप-साधन

क] माहिती

ड] की-टिप

प्र.३४. MS Word 2007 मजकूर, डेटा किंवा संख्यांची चढत्या किंवा उतरत्या क्रमाने क्रमवारी लावू शकते.

अ] <u>खरे</u>

ब] असत्य

प्र.35. .... ॲप्लिकेशन्स तुम्हाला विविध प्रकारचे लिखित दस्तऐवज तयार करण्यात मदत करतात जसे की वैयक्तिक पत्रे, पत्रे, माहितीपत्रके, फॅक्स आणि अगदी

व्यावसायिक हस्तपुस्तिका.

अ] <u>वर्डप्रोसेसर</u>

ब] शब्द पॅड

क] नोट पॅड

ड] यापैकी नाही

प्र.३६. "मेलिंग" टॅबमध्ये मेल विलीनीकरणासाठी आवश्यक असलेले आयटम आहेत.

अ] <u>खरे</u>

ब] असत्य

प्र.३७. शब्द प्रत्येक पानाच्या शेवटी तळटीप ठेवतो आणि दस्तऐवजाच्या शेवटी शेवटच्या नोट्स ठेवतो.

अ] <u>खरे</u>

ब] असत्य

प्र.३८. मजकूर टिकवून ठेवताना हायपरलिंक काढण्यासाठी, उजवे - त्यावर क्लिक करा आणि "हायपरलिंक काढा" निवडा.

अ] <u>खरे</u>

ब] असत्य

प्र.३९. एमएस वर्ड लाल लहरी अधोरेखित असलेल्या स्वरूपनातील विसंगती दर्शवितो.

अ] खरे

ब] <u>असत्य</u>

Q.40. दस्तऐवज स्वयंचलितपणे दुरुस्त करण्यासाठी, आम्ही वापरतो

अ] <u>स्वयंयोग्यवैशिष्ट्य</u>

ब] स्वयं पूर्ण वैशिष्ट्य

क] स्वरूपन

D] बिल्डिंग ब्लॉक्स

प्र.४१. न्यूज पेपर कॉलम्ससाठी एक "..............." हा सामान्य अनुप्रयोग आहे.

अ] बातम्या वाचणे

ब] <u>बातमीपत्र</u>

क] बातमी

ड] वृत्त संपादक

Q.42. वैयक्तिक अक्षरे, फॉर्म लेटर्स, ब्रोशर, फॅक्स आणि प्रोफेशनल मॅन्युअल वर्ड प्रोसेसर वापरून असू शकतात.

अ] <u>खरे</u>

ब] असत्य

Q.43. सेट समास, "पृष्ठ लेआउट" टॅबवरील "पृष्ठ सेटअप" गटातून "मार्जिन" निवडा.

अ] <u>खरे</u>

ब] असत्य

Q.44. ड्रॉप कॅप्स हे परिच्छेदाच्या सुरूवातीस प्रथम वर्ण आहेत जे अनेक ओळींचे संभाषण करून मोठे केले जातात.

अ] <u>खरे</u>

ब] असत्य

प्र.४५. बहुस्तरीय सूची एकल स्तराऐवजी विविध स्तरांवर सूची आयटम दर्शवते.

अ] <u>खरे</u>

ब] असत्य

Q.46. "पृष्ठ लेआउट" टॅबमध्ये समास, अभिमुखता आणि अंतर गुणधर्म असतात.

अ] <u>खरे</u>

ब] असत्य

प्र.४७. दस्तऐवजात विशिष्ट स्थान चिन्हांकित करण्यासाठी A "............" वापरला जातो.

अ] अनुक्रमणिका

ब] हायपरलिंक

क] <u>बुकमार्क</u>

ड] तक्ता

प्र.४८. शोध मजकूराच्या सर्व घटना निर्दिष्ट नवीन मजकुराने बदलण्यासाठी तुम्ही "सर्व बदला" बटणावर क्लिक करू शकता.

अ] <u>खरे</u>

ब] असत्य

प्र.49. MS Word 2007 मधील डॉक्युमेंटवर काम करत असताना, जेव्हा आपण चित्रावर क्लिक करतो, तेव्हा ते "साइजिंग हँडल्स" नावाच्या आठ बॉक्सने वेढलेले असते ज्याचा वापर ग्राफिकचा आकार बदलण्यासाठी केला जातो.

अ] <u>खरे</u>

ब] असत्य

प्र.५०. पदानुक्रमातील आयटमची पातळी बदलत असताना तुम्ही वापरून इंडेंट वाढवू शकता

अ] <u>"टॅब"</u>

ब] "बॅकस्पेस"

C] "हटवा"

D] "स्पेसबार"

प्र.५१. तळटीप किंवा एंडनोट्सचा वापर विशिष्ट "..................." प्रदान करण्यासाठी केला जातो.

अ] संदर्भ

ब] माहिती

क] गुण

ड] याद्या

प्र.५२. जेव्हा वर्तमान डेटा बदलतो तेव्हा दस्तऐवजात डेटा स्वयंचलितपणे अद्यतनित केला जाऊ इच्छित असल्यास, "स्वयंचलितपणे अद्यतनित करा" बॉक्स चेक करा.

अ] खरे

ब] असत्य

प्र.१. फॉर्म्युला बारमध्ये, ए द्वारे विभक्त केलेले सेल पत्ते प्रारंभ आणि संपादित करून समीप श्रेणी निर्दिष्ट केली जाते

अ] अर्धविराम

ब] स्वल्पविराम

क] पूर्णविराम

ड] कोलन

Q.2. सेल पत्ता "टेक्स्ट बॉक्स" मध्ये प्रदर्शित केला जातो.

अ] खरे

ब] असत्य

Q.3. A .... हे डेटाचे दृश्य प्रतिनिधित्व आहे आणि माहिती समजण्यास सोप्या आणि आकर्षक पद्धतीने व्यक्त करते.

अ] तक्ता

ब] टेबल

क] चित्र

ड] ग्राफिक

Q.4. सूत्रांमध्ये, ... ने विभक्त केलेले सेल पत्ते देऊन एक नॉन-लग्न श्रेणी निर्दिष्ट केली जाते.

अ] अर्धविराम

ब] स्वल्पविराम

क] पूर्णविराम

ड] कोलन

Q.5. तुम्ही तुमच्या वर्कशीटमध्ये थेट संपादन करण्याऐवजी डेटा प्रविष्ट करण्यासाठी आणि संपादित करण्यासाठी .... वापरू शकता.

अ] सूत्रपट्टी

ब] शीर्षक पट्टी

C] मेनू बार

ड] स्पेस बार

प्र.६. तुमची एक्सेल 2007 फाईल "..........." विस्तारासह संग्रहित केली जाते.

अ] ".docx"

ब] ".xlsx"

C] ".xltx"

D] ".zltx"

प्र.७. इलेक्ट्रॉनिक स्प्रेडशीट किंवा वर्कशीटमध्ये, डेटा संपादित केला जाऊ शकतो, नवीन डेटा जोडला जाऊ शकतो आणि अवांछित डेटा हटविला जाऊ शकतो.

अ] खरे

ब] असत्य

प्र.८. "पुनरावलोकन" टॅबमध्ये शब्दलेखन तपासणी सारखी प्रूफिंग साधने आहेत आणि त्यात बटण देखील आहे जे तुम्हाला वर्कशीटमध्ये टिप्पण्या जोडू देते आणि पुनरावृत्ती व्यवस्थापित करू देते.

अ] खरे

ब] असत्य

प्र.९. "..........." टॅबमध्ये शब्दलेखन तपासणी सारखी प्रूफिंग साधने आहेत.

अ] "पुनरावलोकन"

ब] "डेटा"

क] "पहा"

D] "घाला"

प्र.१०. तुम्ही आमचे स्वतःचे वर्क बुक टेम्प्लेट तयार आणि डिझाइन करू शकता.

अ] खरे

ब] असत्य

प्र.११. स्प्रेडशीट प्रोग्राममध्ये तुम्ही एका सेलमधून दुसऱ्या सेलमध्ये जाताना, सक्रिय सेलचा संदर्भ किंवा पत्ता "नाव बॉक्स" मध्ये दिसतो.

अ] खरे

ब] असत्य

Q.12. मायक्रोसॉफ्ट एक्सेल ऍप्लिकेशन सुरू करण्यासाठी, "स्टार्ट" बटणावर क्लिक करा आणि "सर्व प्रोग्राम्स मायक्रोसॉफ्ट ऑफिस ? मायक्रोसॉफ्ट ऑफिस एक्सेल 2007 निवडा.

अ] खरे

ब] असत्य

प्र.१३. "इन्सर्ट" टॅब तुम्हाला स्प्रेडशीट प्रोग्राममध्ये टेबल, ग्राफिक्स, चार्ट आणि हायपरलिंक्स यांसारखे विशेष घटक जोडू देतो.

अ] खरे

ब] असत्य

प्र.१४. पानाच्या खालच्या समासात दिसणाऱ्या मजकुराला "फूटर" असे म्हणतात.

अ] खरे

ब] असत्य

प्र.१५. एक्सेलमध्ये, सूत्र नेहमी समान चिन्हाने सुरू होते] =. आणि अनुक्रमे बेरीज, वजाबाकी, गुणाकार, भागाकार, टक्के आणि घातांक करण्यासाठी +, -, *, /, %, आणि ^ सारखे अंकगणित ऑपरेटर वापरतात.

अ] खरे

ब] असत्य

प्र.१६. काम करत असताना तुम्हाला एकापेक्षा जास्त शीटमधील डेटाचा संदर्भ द्यावा लागेल ज्याला रेफरन्सिंग मल्टिपल शीट्स म्हणतात.

अ] खरे

ब] असत्य

प्र.१७. पूर्वनिर्धारित पृष्ठ अभिमुखता सेटिंग "लँडस्केप" आहे.

अ] खरे

ब] असत्य

प्र.१८. "............" ही एक पद्धत आहे जी तुम्हाला मूल्यांचा अंदाज लावण्यात मदत करते.

अ] "शोधा"

ब] "बदला"

C] "ध्येयशोध"

D] "वर जा"

प्र.१९. MS Excel 2007 मध्ये, "रिबन" च्या खाली, आपण डावीकडे नाव बॉक्स आणि उजवीकडे फॉर्म्युला बार पाहू शकतो.

अ] खरे

ब] असत्य

प्र.२०. A ".............." हे पूर्वलिखित सूत्र आहे जे आपोआप गणना करते.

अ] "कार्य"

ब] "समीकरण"

C] "टेम्पलेट"

D] "प्रतिक्रिया"

प्र.२१. एमएस एक्सेल 2007 वेगवेगळ्या प्रकारच्या .... साठी वापरला जातो.

अ] आकडेमोड

ब] फेरफार

क] सादरीकरणे

ड] अभिव्यक्ती

प्र.२२. तुमची एक्सेल फाईल ".xltx" या विस्तारासह संग्रहित केली जाते.

अ] खरे

ब] असत्य

प्र.२३. "ऑटोकरेक्ट" हे मायक्रोसॉफ्ट एक्सेल 2007 चे एक वैशिष्ट्य आहे जे तार्किकरित्या पुनरावृत्ती करून आणि विस्तारित करून शीर्षकाच्या मालिकेत प्रवेश करणे सोपे करते.

अ] खरे

ब] असत्य

प्र.२४. "सापेक्ष संदर्भ" हा एक सेल किंवा श्रेणी संदर्भ आहे जो सूत्रामध्ये वापरला जातो ज्याचे स्थान सूत्र कॉपी केल्यावर बदलत नाही.

अ] खरे

ब] असत्य

प्र.२५. पदानुक्रमातील आयटमची पातळी बदलताना तुम्ही वापरून इंडेंट वाढवू शकता.

अ] "टॅब"

ब] "बॅकस्पेस"

C] "हटवा"

D] "स्पेसबार"

प्र.२६. समास सेट करण्यासाठी, "पृष्ठ लेआउट" टॅबवरील "पृष्ठ सेटअप" गटातून "मार्जिन" निवडा.

अ] खरे

ब] असत्य

प्र.२७. डावीकडील वैयक्तिक वर्ण काढण्यासाठी तुम्ही "..........." दाबू शकता.

अ] हटवा

ब] बॅकस्पेस

क] प्रविष्ट करा

ड] स्पेसबार

प्र.२८. ड्रॉप कॅप्स हे सुरुवातीचे पहिले वर्ण/से आहेत जे अनेक ओळींचे संभाषण करून मोठे केले जातात.

अ] खरे

ब] असत्य

प्र.२९. पंक्ती आणि स्तंभाच्या छेदनबिंदूला "................" म्हणतात.

अ] तक्ता

ब] सेल

क] डेटा

ड] पत्रक

प्र.३०. A .... ही एक फाईल आहे जी अनुप्रयोगाद्वारे "वापरण्यासाठी तयार" स्वरूपात प्रदान केली जाते.

अ] पत्रक

ब] साचा

क] पुस्तक

ड] अहवाल

प्र.३१. A .... हे डेटाचे दृश्य प्रतिनिधित्व आहे आणि माहिती समजण्यास सोप्या आणि आकर्षक पद्धतीने व्यक्त करते.

अ] तक्ता

ब] तक्ता

क] चित्र

ड] ग्राफिक

प्र.३२. तुमच्या वर्कबुकमधील वर्कशीटमध्ये जाण्यासाठी, तुम्हाला "वर्कबुक" टॅबवर क्लिक करावे लागेल.

अ] खरे

ब] असत्य

प्र.३३. थीममध्ये कलर पॅलेट, फॉन्ट सेट आणि इफेक्ट्स असतात.

अ] खरे

ब] असत्य

प्र.३४. तुम्ही वर्कशीटचे दोन क्षेत्रे पाहू शकता आणि एका भागात पंक्ती किंवा स्तंभ लॉक करू शकता किंवा पेन्स विभाजित करू शकता.

अ] खरे

ब] असत्य

प्र.35. "............" हे वैयक्तिक डिझाइन आहेत जे दस्तऐवजाच्या वेगवेगळ्या भागांवर लागू केले जाऊ शकतात.

अ] "ग्राफिक्स"

ब] "शैली"

C] "चित्रे"

डी] "थीम"

प्र.३६. "............" मध्ये फाइल उघडणे, सेव्ह करणे, प्रिंट करणे आणि बंद करणे यासाठी कमांड्स असतात.

अ] <u>"पहा" टॅब</u>

ब] "ऑफिस बटण"

C] "इन्सर्ट" टॅब

D] "पुनरावलोकन" टॅब

प्र.३७. जेव्हा निरपेक्ष सेल संदर्भ असलेले सूत्र वर्कशीटमधील दुसऱ्या पंक्ती किंवा स्तंभावर कॉपी केले जाते, तेव्हा सेल संदर्भ बदलत नाही.

अ] <u>खरे</u>

ब] असत्य

प्र.३८. "शीर्षलेख" हे सहसा आपण पृष्ठावर दिलेले शीर्षक असते.

अ] <u>खरे</u>

ब] असत्य

प्र.३९. पानाच्या वरच्या मार्जिनमध्ये दिसणाऱ्या मजकुराला .... म्हणतात.

अ] तळटीप

ब] स्तंभ

क] <u>शीर्षलेख</u>

ड] परिच्छेद

Q.40. स्प्रेडशीट प्रोग्राममध्ये टेबल म्हणजे दोन किंवा अधिक सेलची निवड.

अ] <u>खरे</u>

ब] असत्य

प्र.४१. "शीर्षक" सहसा तळटीप म्हणून दिले जाते.

अ] खरे

ब] <u>असत्य</u>

Q.42. स्वयंचलित सापेक्ष सेल संदर्भ थांबवण्यासाठी, म्हणजे सेल संदर्भ निरपेक्ष करण्यासाठी, स्तंभ आणि पंक्ती क्रमांकाच्या आधी .... वर्ण टाइप करा.

अ] # हॅश.

ब] <u>$ डॉलर.</u>

क] % टक्के.

ड] * तारा.

Q.43. थीममध्ये कलर पॅलेट, फॉन्ट सेट आणि इफेक्ट्स असतात.

अ] <u>खरे</u>

ब] असत्य

Q.44. सेलचा गट किंवा श्रेणी निवडण्यासाठी, तुम्हाला सुरू करायचा असलेल्या सेलवर क्लिक करा, तुमचा कर्सर ड्रॅग करा आणि तुम्ही निवडीच्या शेवटी पोहोचल्यावर तो सोडा.

अ] खरे

ब] असत्य

प्र.४५. आम्हाला एका पृष्ठावर अधिक डेटा जोडण्याची आवश्यकता असल्यास, आम्ही पृष्ठ अभिमुखता लँडस्केपमध्ये बदलतो.

अ] खरे

ब] असत्य

Q.46. प्रत्येक वर्कशीटचा वापर विविध प्रकारच्या संबंधित माहिती आयोजित करण्यासाठी केला जाऊ शकतो.

अ] खरे

ब] असत्य

प्र.४७. "टेबल" हे डेटाचे दृश्य प्रतिनिधित्व आहे आणि माहिती समजण्यास सोप्या आणि आकर्षक पद्धतीने व्यक्त करते.

अ] खरे

ब] असत्य

प्र.४८. MS Excel 2007 सह प्रदान केलेल्या "थीम्स" या सार्वत्रिक डिझाईन्स आहेत ज्या सर्व शैलींना एकत्रित करतात.

अ] खरे

ब] असत्य

प्र.49. मायक्रोसॉफ्ट एक्सेल 2007 मध्ये, एकल फाइल किंवा दस्तऐवज "............" असे म्हणतात.

अ] कार्यपुस्तिका

ब] वर्कशीट

क] पत्रक

ड] नोटबुक

प्र.५०. "नोटबुक" मध्ये एक किंवा अधिक वर्कशीट्सचा संग्रह असतो आणि पर्यायाने, तुमच्या वर्कशीट डेटाची ग्राफिक चित्रे असलेली चार्ट शीट्स असतात.

अ] खरे

ब] असत्य

प्र.५१. .... पर्यायाने, तुम्ही एकतर किंवा दोन्ही गोठवू शकता, पंक्ती आणि स्तंभ म्हणजे. तुम्ही वर्कशीटमध्ये कुठे आहात याची पर्वा न करता तुम्ही या पंक्ती आणि/किंवा स्तंभांमधील माहिती नेहमी पाहू शकता.

अ] फूट

ब] व्यवस्था करा

क] फिटर

ड] <u>फ्रीझपॅन्स</u>

प्र.५२. इलेक्ट्रॉनिक शीट किंवा वर्कशीटमध्ये डेटाचे अधिक प्रभावीपणे प्रतिनिधित्व करण्यासाठी तुम्ही चार्ट तयार करू शकता.

अ] <u>खरे</u>

ब] असत्य

प्र.५३. स्प्रेडशीटमध्ये प्रत्येक सेलचा स्वतःचा पत्ता असतो ज्याला "सेल पत्ता" म्हणतात.

अ] <u>खरे</u>

ब] असत्य

प्र.५४. MS Excel 2007 मधील टेम्प्लेट फाईलमध्ये "................." विस्तार आहे.

अ] .docx

ब] .yltx

C] <u>.xltx</u>

D] .zltx

प्र.५५. अ "........." पंक्ती आणि स्तंभांचा समावेश असलेल्या अकाउंटंटच्या लेजरसारखे आहे.

अ] तक्ता

ब] <u>मायक्रोसॉफ्टएक्सेल 2007</u>

क] स्वरूप

ड] पत्रक

प्र.५६. "टेबल" हे डेटाचे दृश्य प्रतिनिधित्व आहे आणि माहिती समजण्यास सोप्या आणि आकर्षक पद्धतीने व्यक्त करते.

अ] खरे

ब] <u>असत्य</u>

प्र.१. "इन्सर्ट" टॅबमध्ये ऑब्जेक्ट्सचा मूलभूत संच असतो जो तुम्ही स्लाइडमध्ये घालू शकता.

अ] <u>खरे</u>

ब] असत्य

Q.2. शोध मजकूराच्या सर्व घटना निर्दिष्ट नवीन मजकुराद्वारे पुनर्स्थित करण्यासाठी "सर्व पुनर्स्थित करा" क्लिक करा.

अ] <u>खरे</u>

ब] असत्य

Q.3. "..............." ग्राफिक हे तुमच्या माहितीचे आणि कल्पनांचे दृश्य प्रतिनिधित्व आहे.

अ] "शब्दकला"

ब] "क्लिपआर्ट"

C] "स्मार्टआर्ट"

डी] "ऑटोशेप"

Q.4. मायक्रोसॉफ्ट पॉवरपॉईंट ॲप्लिकेशन सुरू करण्यासाठी, "स्टार्ट" बटणावर क्लिक करा आणि "सर्व प्रोग्राम्स ? मायक्रोसॉफ्ट ऑफिस ? मायक्रोसॉफ्ट ऑफिस पॉवरपॉइंट 2007" निवडा.

अ] खरे

ब] असत्य

Q.5. "..............." वापरण्यास तयार असलेल्या चित्राचा संदर्भ घ्या.

अ] "शब्दकला"

ब] "क्लिपआर्ट"

C] "स्मार्टआर्ट"

डी] "ऑटोशेप"

प्र.६. नुकतेच वापरलेले प्रेझेंटेशन उघडण्यासाठी तुम्ही ऑफिस बटणावर क्लिक करू शकता आणि नंतर "अलीकडील दस्तऐवज" अंतर्गत प्रदर्शित केलेल्या सूचीमधील सादरीकरणाच्या नावावर क्लिक करू शकता.

अ] खरे

ब] असत्य

प्र.७. SmartArt प्रोग्राम्स तुम्हाला प्रभावी सादरीकरण तयार करण्यात मदत करण्यासाठी डिझाइन केलेले आहेत.

अ] खरे

ब] असत्य

प्र.८. "..........." टॅबमध्ये अशी साधने आहेत जी स्लाइड शो कसा सादर करायचा हे नियंत्रित करतात.

अ] "डिझाइन"

ब] "स्लाइडशो"

C] "पुनरावलोकन"

D] "पहा"

प्र.९. स्लाइड सॉर्टर दृश्यात प्रदर्शित स्लाइड्सची सूक्ष्म चित्रे.

अ] खरे

ब] असत्य

प्र.१०. .... जे सेव्ह, अनडू आणि रिडू सारख्या सामान्यतः वापरल्या जाणार्‍या कमांडचे प्रतिनिधित्व करणारे आयकॉन प्रदर्शित करते.

अ] होम बटण

ब] रिबन

C] द्रुतप्रवेशसाधनबार

ड] ऑफिस बटण

प्र.११. A "..........." हे सध्याच्या डॉक्युमनेटमधील एखाद्या स्थानाशी, दुसरे दस्तऐवज किंवा वेबसाइटचे कनेक्शन आहे.

अ] हायलिंक

ब] हिपोलिंक

क] दुवा

डी] हायपरलिंक

Q.12. .... संगणकावर स्लाइड शो तयार करण्यासाठी वापरले जातात

अ] सादरीकरणग्राफिक्स

ब] विश्लेषणात्मक विकास कार्यक्रम

C] सुपर स्लाइड पॅकेजेस

ड] स्लाइड मेकर टूल्स

प्र.१३. वेब पृष्ठ म्हणून आपल्या सादरीकरणाचे पूर्वावलोकन करण्यासाठी, आपल्याला रिबनमध्ये "वेब पृष्ठ पूर्वावलोकन" कमांड जोडण्याची आवश्यकता आहे.

अ] खरे

ब] असत्य

प्र.१४. "स्लाइड शो व्ह्यू" सह तुम्ही तुमच्या ग्राफिक्सच्या वेळा, चित्रपट, ॲनिमेटेड घटक आणि संक्रमण प्रभाव अॅक्टुलाशोमध्ये कसे दिसतील हे पाहू शकता.

अ] खरे

ब] असत्य

प्र.१५. ग्राफिक प्रेझेंटेशनमध्ये, प्रत्येक प्रेझेंटेशनचे कार्यक्रम .... मध्ये विभागलेले आहेत.

अ] तक्ते

ब] स्लाइड्स

क] तक्ते

ड] चित्रे

प्र.१६. PowerPoint "केस जुळवा" मध्ये: केस संवेदनशील शोधासाठी तुम्ही हा बॉक्स चेक करू शकता.

अ] खरे

ब] असत्य

प्र.१७. "पेपर फिट करण्यासाठी स्केल": बाह्य फ्रेमसह स्लाइड मुद्रित करण्यासाठी हा बॉक्स चेक करा.

अ] खरे

ब] असत्य

प्र.१८. पॉवरपॉइंटमध्ये "बिल्ड इफेक्ट्स" सामग्री स्लाइड करण्यासाठी ॲनिमेशन आहेत.

अ] खरे

ब] असत्य

प्र.१९. A "..............." हे फोटो अल्बम किंवा क्विझ शो यासारख्या सामान्य हेतूसाठी डिझाइन केलेले पूर्व-डिझाइन केलेले सादरीकरण आहे.

अ] "तक्ता"

ब] "टेबल"

C] "स्लाइड"

D] "टेम्पलेट"

प्र.२०. तुम्ही PowerPoint द्वारे प्रदान केलेले टेम्पलेट वापरून नवीन सादरीकरण तयार करू शकता.

अ] खरे

ब] असत्य

प्र.२१. पॉवरपॉइंट स्लाइडवर आपण व्हिडिओ क्लिप टाकू शकतो.

अ] खरे

ब] असत्य

प्र.२२. जेव्हा तुम्ही तुमचा माउस एका आकाराच्या हँडलवर हलवता तेव्हा पॉइंटर "............" बनतो.

अ] गोल बाण

ब] दोनडोक्याचाबाण

क] अधिक चिन्ह

ड] चार डोक्याचा बाण

प्र.२३. पॉवरपॉइंट प्रेझेंटेशन हा खालील ऍप्लिकेशन सॉफ्टवेअरचा एक घटक आहे.

अ] लीप ऑफिस

ब] कार्यालय सुरू करा

क] ओपन ऑफिस

ड] एमएसऑफिस

प्र.२४. "स्लाइड शो व्ह्यू" हे थंबनेल स्वरूपात तुमच्या स्लाइड्सचे अनन्य दृश्य आहे.

अ] खरे

ब] <u>असत्य</u>

प्र.२५. शीर्षलेख आणि तळटीपांचा वापर स्लाइड क्रमांक, वेळ आणि तारीख, कंपनीचा लोगो किंवा सादरीकरण शीर्षक तुमच्या सादरीकरणातील हँडआउट किंवा नोट्स पृष्ठाच्या शीर्षस्थानी किंवा स्लाइड, हँडआउट किंवा नोट्स पृष्ठाच्या तळाशी जोडण्यासाठी केला जातो. .

अ] <u>खरे</u>

ब] असत्य

प्र.२६. स्क्रीनवरील विंडोमध्ये तुमच्या स्लाइडचे पूर्वावलोकन पाहण्यासाठी, क्विक ऍक्सेस टूलबारवर क्लिक करा आणि "प्रिंट ? प्रिंट पूर्वावलोकन" निवडा.

अ] खरे

ब] <u>असत्य</u>

प्र.२७. ग्राफिक्स प्रेझेंटेशन प्रोग्राममध्ये प्रत्येक सादरीकरण चार्टमध्ये विभागले गेले आहे.

अ] खरे

ब] <u>असत्य</u>

प्र.२८. वर्डआर्ट ग्राफिक्स वापरून, तुम्ही तुमचा संदेश जलद आणि सोप्या पद्धतीने प्रभावीपणे संप्रेषण करू शकता.

अ] खरे

ब] <u>असत्य</u>

प्र.२९. स्क्रीनच्या तळाशी असलेल्या "..........." वर प्रदर्शित केलेल्या बटणावर चेक करून तुम्ही सादरीकरण दृश्ये बदलू शकता.

अ] "शीर्षक पट्टी"

ब] "मेनू बार"

C] "टूल बार"

डी] <u>"स्टेटसबार"</u>

प्र.३०. "ॲनिमेशन" म्हणजे तुमच्या स्लाइड्सवर विशेष व्हिज्युअल किंवा ध्वनी प्रभाव जोडणे.

अ] <u>खरे</u>

ब] असत्य

प्र.३१. PowerPoint सादरीकरण ग्राफिक्स वापरणे सोपे आहे आणि ते प्रभावी सादरीकरणासाठी वापरले जाते

अ] एखाद्या विषयावर.

ब] <u>खरे</u>

क] असत्य

प्र.३२. "पुनरावलोकन" हे सादरीकरण पाहण्याचा एक मार्ग आहे.

अ] खरे

ब] <u>असत्य</u>

प्र.३३. प्रेझेंटेशन ग्राफिक्समध्ये स्लाइड क्रमांक, वेळ आणि तारीख, कंपनीचा लोगो किंवा सादरीकरणाचे शीर्षक हँडआउट किंवा तुमच्या प्रेझेंटेशनमधील नोट्स पेज यांसारखी माहिती जोडण्यासाठी वापरला जातो. , किंवा स्लाइड, हँडआउट किंवा नोट्सचा तळाशी.

अ] हायपरलिंक्स

ब] तक्ते

C] <u>शीर्षलेखआणितळटीप</u>

ड] तक्ते

प्र.३४. स्लाइड्सवरील आकारमान हँडल फक्त उंची किंवा रुंदी समायोजित करण्यासाठी वापरले जातात.

अ] <u>खरे</u>

ब] असत्य

प्र.35. "..............." प्रत्यक्ष स्लाइड शो सादरीकरणाप्रमाणे संपूर्ण संगणक स्क्रीन घेते.

A] स्लाइड सॉर्टर व्ह्यू

ब] सामान्य दृश्य

C] <u>स्लाइडशोदृश्य</u>

ड] नोट्स पृष्ठ

प्र.३६. "आउटलाइन" टॅब तुमचा स्लाइड मजकूर बाह्यरेखा स्वरूपात दाखवतो.

अ] <u>खरे</u>

ब] असत्य

प्र.३७. स्लाइड लेआउट म्हणजे स्लाइडवरील मजकूर, चित्रे, सारण्या, तक्ते आणि चित्रपट यासारख्या घटकांच्या मांडणीचा संदर्भ देते.

अ] <u>खरे</u>

ब] असत्य

प्र.३८. तुमच्या प्रेझेंटेशनमध्ये तुमच्याकडे मोठ्या संख्येने स्लाइड्स असल्यास, तुमच्या सर्व स्लाइड्स पाहण्यासाठी आणि त्यांचे स्थान बदलण्यासाठी .... वापरणे तुम्हाला अधिक सोयीचे वाटेल.

अ] सामान्य दृश्य

ब] <u>स्लाइडसॉर्टरव्ह्यू</u>

C] स्लाइड शो दृश्य

ड] नोट्स पृष्ठ

प्र.३९. स्लाइड हटवण्यासाठी तुम्ही नॉर्मल व्हयू किंवा स्लाइड सॉर्टर व्हयू वापरू शकता.

अ] <u>खरे</u>

ब] असत्य

Q.40. मायक्रोसॉफ्ट पॉवरपॉईंटमध्ये तुमची फाईल .... विस्तारासह संग्रहित केली जाते.

अ] psd

ब] .rtf

C] <u>.pptx</u>

ड] .docx

प्र.४१. जेव्हा पॉइंटर .... होतो, तेव्हा तुम्ही प्लेसहोल्डरला तुमच्या इच्छेनुसार ड्रॅग करू शकता.

अ] गोल बाण

ब] दोन गोल बाण

क] अधिक चिन्ह

ड] <u>चारडोक्याचाबाण</u>

Q.42. कला, ध्वनी, ॲनिमेशन किंवा चित्रपटांसह "क्लिप" ही एकच मीडिया फाइल असू शकते.

अ] <u>खरे</u>

ब] असत्य

Q.43. "............" हे फाइल ओळखण्यात मदत करणारे तपशील आहेत.

अ] डेस्कटॉप गुणधर्म

ब] विंडो गुणधर्म

क] प्रगत गुणधर्म

ड] <u>दस्तऐवजगुणधर्म</u>

Q.44. निवड आयताच्या स्लाइड्स आणि कोपऱ्यांवरील "साइजिंग हँडल्स" प्लेस होल्डरचा आकार समायोजित करण्यासाठी वापरला जाऊ शकतो.

अ] <u>खरे</u>

ब] असत्य

प्र.४५. तुम्ही पूर्वी जतन केलेली फाइल उघडण्यासाठी, रिबनवर क्लिक करा आणि "उघडा" निवडा.

अ] खरे

ब] <u>असत्य</u>

Q.46. "............" हे मुख्य संपादन दृश्य आहे.

A] स्लाइड सॉर्टर व्हयू

ब] <u>सामान्यदृश्य</u>

C] स्लाइड शो दृश्य

ड] नोट्स पृष्ठ

प्र.४७. पॉवरपॉईंट स्लाइडवर आपण ऑडिओ क्लिप टाकू शकतो.

अ] <u>खरे</u>

ब] असत्य

प्र.४८. PowerPoint मध्ये "Insert" टॅबमध्ये तुमच्या स्लाइड्स डिझाइन करण्यासाठी टूल्स असतात.

अ] खरे

ब] <u>असत्य</u>

प्र.49. "..........." टॅबमध्ये मूलभूत स्वरूपन साधने आहेत.

अ] "डिझाइन"

B] "पहा"

C] "घाला"

डी] <u>"घर"</u>

प्र.५०. "स्लाइड" टॅब तुमच्या सादरीकरणाद्वारे नेव्हिगेट करणे आणि बदलांचे परिणाम पाहणे आणि स्लाइडरची पुनर्रचना करणे, जोडणे किंवा हटवणे सोपे करते.

अ] <u>खरे</u>

ब] असत्य

प्र.५१. तुम्ही संपादित करत असताना "आउटलाइन" टॅब तुम्हाला तुमच्या लघुप्रतिमा आकाराच्या प्रतिमा म्हणून स्लाइड दाखवतो.

अ] खरे

ब] <u>असत्य</u>

प्र.५२. PowerPoint मध्ये "Insert" टॅबमध्ये तुमच्या स्लाइड्स डिझाइन करण्यासाठी टूल्स असतात.

अ] खरे

ब] <u>असत्य</u>

प्र.१. तुम्ही फील्डचे नाव स्पेस देऊन सुरू करू शकता.

अ] खरे.

ब] <u>खोटे</u>.

Q.2. "............" हा डेटाबेस ऑब्जेक्ट आहे ज्याचा वापर मुख्यतः रेकॉर्ड प्रविष्ट करण्यासाठी आणि प्रदर्शित करण्यासाठी आणि स्क्रीनवरील विद्यमान रेकॉर्डमध्ये बदल करण्यासाठी केला जातो.

अ] प्रश्न.

ब] <u>फॉर्म.</u>

क] अहवाल.

ड] टेबल.

Q.3. प्राथमिक संख्या ही एक अनन्य, अनुक्रमिक संख्या आहे जी जेव्हाही टेबलमध्ये नवीन रेकॉर्ड जोडली जाते तेव्हा आपोआप एकाने वाढते.

अ] खरे.

ब] <u>खोटे</u>.

Q.4. प्रत्येक स्तंभ हा एक रेकॉर्ड आहे जो रेकॉर्डबद्दल माहितीचे सर्वात लहान एकक आहे.

अ] खरे.

ब] <u>असत्य.</u>

Q.5. फॉर्म हे सारण्या आणि क्वेरींमधून तयार केलेले मुद्रित आउटपुट आहे.

अ] खरे.

ब] <u>असत्य.</u>

प्र.६. रिबनमध्ये टास्क-ओरिएंटेड टॅब, गट आणि कमांड बटणे आहेत.

अ] <u>खरे.</u>

ब] असत्य.

प्र.७. "............" ही एक इलेक्ट्रॉनिक डेटाबेस व्यवस्थापन प्रणाली आहे जी अनेक वेगवेगळ्या प्रकारे माहिती संग्रहित, व्यवस्थापित, हाताळणी आणि सादर करू शकते.

अ] <u>एमएसऍक्सेस 2007.</u>

ब] एमएस वर्ड.

C] एमएस एक्सेल.

ड] एमएस पॉवरपॉइंट.

प्र.८. व्यावसायिक डेटाबेस ही सर्वात मोठ्या प्रमाणावर वापरली जाणारी डेटाबेस संरचना आहे.

अ] खरे.

ब] <u>खोटे</u>.

प्र.९. सारण्या एका सामान्य फील्डद्वारे एकमेकांशी संबंधित किंवा जोडलेल्या आहेत.

अ] <u>खरे</u>.

ब] असत्य.

प्र.१०. जेव्हा तुम्ही डेटा प्रकार निवडता, तेव्हा त्याचे डीफॉल्ट गुणधर्म "प्रदर्शन गुणधर्म" अंतर्गत प्रदर्शित केले जातात.

अ] खरे.

ब] <u>खोटे</u>.

प्र.११. "............." डेटा प्रकार फक्त संख्या संग्रहित करण्यासाठी वापरला जातो.

A] ऑटो नंबर.

ब] मजकूर.

C] क्रमांक.

D] तारीख/वेळ.

Q.12. नवीन रेकॉर्ड जोडल्यावर फील्डमध्ये स्वयंचलितपणे प्रविष्ट केलेले मूल्य निर्दिष्ट करण्यासाठी डीफॉल्ट मूल्य वापरले जाते.

अ] खरे.

ब] असत्य.

प्र.१३. "............" ऍक्सेस 2007 मध्ये माहिती संग्रहित करते.

अ] तक्ता.

ब] प्रश्न.

क] अहवाल.

ड] फॉर्म.

प्र.१४. फील्ड प्रॉपर्टी हे एक वैशिष्ट्य आहे जे फील्ड परिभाषित करण्यात मदत करते.

अ] खरे.

ब] असत्य.

प्र.१५. "........." डेटा प्रकार प्रतिमा, दस्तऐवज, आलेख इत्यादी संग्रहित करण्यासाठी वापरला जातो.

अ] हायपरलिंक.

ब] ओईएलऑब्जेक्ट.

क] मजकूर.

ड] वर्णन.

प्र.१६. "........." फील्डमध्ये एंटर करता येणाऱ्या वर्णांची कमाल संख्या ठरवते.

अ] स्वरूप.

ब] इनपुट मास्क.

क] मथळा.

ड] क्षेत्राचाआकार.

प्र.१७. डेटाबेसमधील माहिती .... मध्ये संग्रहित केली जाते.

अ] तक्ता.

ब] पेटी.

क] फोल्डर.

डी] टेबल.

प्र.१८. "............" हा डीफॉल्ट डेटा प्रकार आहे आणि त्याचा वापर शब्द, शब्द आणि संख्या यांचे संयोजन आणि गणनेमध्ये न वापरलेले संख्या यासारख्या मजकूर नोंदी संग्रहित करण्यासाठी केला जातो.

अ] मजकूर.

ब] संख्या.

क] मेमो.

ड] चलन.

प्र.१९. ॲक्सेसमध्ये, तुम्ही चढत्या किंवा उतरत्या क्रमाने डेटाची क्रमवारी लावू शकता.

अ] खरे.

ब] असत्य.

प्र.२०. डेटाबेसमधील ऑब्जेक्ट्स प्रदर्शित करण्यासाठी आणि कार्य करण्यासाठी प्रवेश "याद्या" नावाचे भिन्न विंडो स्वरूप प्रदान करते.

अ] खरे.

ब] असत्य.

प्र.२१. ऍक्सेसमध्ये, प्रत्येक डेटाबेस एका फाईलमध्ये संग्रहित केला जातो ज्यामध्ये विस्तार असतो.

अ] ".docx"

ब] ".rtf"

क] ".accdb"

D] ".txt"

प्र.२२. डेटा प्रकार फील्डमध्ये समाविष्ट असलेल्या डेटाचा प्रकार परिभाषित करतो.

अ] खरे.

ब] असत्य.

प्र.२३. A .... फील्डमध्ये साठवलेला डेटा ओळखण्यासाठी वापरला जातो.

अ] तक्ता.

ब] क्षेत्राचेनाव.

क] पेटी.

ड] कंस.

प्र.२४. डेटाबेस हा संबंधित माहितीचा संघटित संग्रह असतो.

अ] खरे.

ब] असत्य.

प्र.२५. "........." डेटा एंट्री सुलभ करते आणि कोणता डेटा आवश्यक आहे आणि तो कसा प्रदर्शित करायचा हे नियंत्रित करते.

अ] स्वरूप.

ब] इनपुटमास्क.

क] मथळा.

ड] क्षेत्राचा आकार.

प्र.२६. ॲक्सेस आपोआप प्राथमिक की साठी एक कोड तयार करतो, जो क्वेरी आणि इतर ऑपरेशन्स करण्यात मदत करतो.

अ] खरे.

ब] खोटे.

प्र.२७. .... अनेक डेटा प्रकार प्रदान करते.

अ] शब्द 2007.

ब] प्रवेश 2007 .

सी] एक्सेल 2007.

ड] पॉवरपॉइंट 2007.

प्र.२८. टेबलमधून रेकॉर्ड जोडणे, हटवणे आणि सुधारणे कठीण आहे.

अ] खरे.

ब] असत्य.

प्र.२९. ॲक्सेस 2007 चे "फॉर्म विझार्ड" वैशिष्ट्य फॉर्म डिझाइन करणे खूप सोपे करते.

अ] खरे.

ब] असत्य.

प्र.३०. जेव्हा तुम्ही डेटाबेस उघडता किंवा नवीन तयार करता तेव्हा तुमच्या डेटाबेसची नावे अशी सारणी बनवतात. नॅव्हिगेशन उपखंडात फॉर्म आणि अहवाल दिसतात.

अ] खरे.

ब] असत्य.

प्र.३१. चार्ट हे उभ्या स्तंभांचे बनलेले असतात] फील्ड म्हणतात. आणि क्षैतिज पंक्ती] ज्याला रेकॉर्ड म्हणतात.

अ] खरे.

ब] असत्य.

प्र.३२. तुम्ही काही MS Access वैशिष्ट्ये वापरून पटकन अहवाल तयार करू शकता.

अ] खरे.

ब] असत्य.

Q.33."..........." या विंडो आहेत ज्या तुम्ही टेबलमधील माहिती सहजपणे पाहण्यासाठी किंवा बदलण्यासाठी तयार करता आणि व्यवस्था करता.

अ] तक्ता.

ब] प्रश्न.

क] अहवाल.

ड] फॉर्म.

प्र.३४. "........." काही अटी किंवा आवश्यकता पूर्ण करण्यासाठी सहज डेटा प्रतिबंधित करते.

A] प्रमाणीकरण मजकूर.

ब] डीफॉल्ट मूल्य.

C] प्रमाणीकरणनियम.

ड] स्वरूप.

प्र.35. फॉर्म्स तुम्हाला टेबलमधील समान किंवा सर्व माहिती मुद्रित करण्यात मदत करतात.

अ] खरे.

ब] असत्य.

प्र.३६. "..........." डेटा प्रकार मजकूर फील्डमध्ये संग्रहित करण्यासाठी खूप लांब असलेला मजकूर संग्रहित करण्यासाठी वापरला जातो.

अ] मजकूर.

ब] संख्या.

क] मेमो.

ड] चलन.

प्र.३७. फील्डचे वर्णन करण्यासाठी "वर्णन" मजकूर बॉक्स वापरला जातो.

अ] खरे.

ब] असत्य.

प्र.३८. "..........." फील्ड कॅप्शन किंवा वापरकर्त्यासाठी डेटा प्रविष्ट करण्यासाठी प्रॉम्प्ट निर्दिष्ट करते.

अ] स्वरूप.

ब] इनपुट मास्क.

क] मथळा.

ड] क्षेत्राचा आकार.

प्र.३९. "फॉर्म विझार्ड" तुम्हाला फॉर्म तयार करण्यासाठी आवश्यक असलेल्या चरणांद्वारे मार्गदर्शन करतो.

अ] खरे.

ब] असत्य.

Q.40. फील्डचे नाव फील्डमध्ये संग्रहित डेटा ओळखण्यासाठी आहे.

अ] खरे.

ब] असत्य.

प्र.४१. डीफॉल्ट मूल्य एक अभिव्यक्ती आहे जी स्वीकार्य मूल्ये परिभाषित करते.

अ] खरे.

ब] <u>खोटे</u>.

Q.42. प्रत्येक पंक्ती एक फील्ड आहे ज्यामध्ये व्यक्ती, वस्तू किंवा ठिकाणाबद्दल सर्व माहिती असते.

अ] खरे.

ब] <u>असत्य.</u>

Q.43. प्राथमिक की असणे आवश्यक आहे

अ] अद्वितीय परंतु परवानगी शून्य.

ब] <u>अद्वितीयआणिशून्यनाही.</u>

C] नॉन-युनिक आणि शून्य नाही.

D] नॉन-युनिक आणि परमिट शून्य.

Q.44. खालीलपैकी कोणती कार्ये DBA द्वारे केली जातात?

अ] डेटाबेस डिझाइन.

ब] प्रणाली सुरक्षा.

सी] बॅकअप आणि पुनर्प्राप्ती.

ड] <u>वरीलसर्व.</u>

प्र.४५. "..........." हा रिलेशन डेटाबेस मॅनेजमेंट ॲप्लिकेशन आहे जो डेटाबेस तयार करण्यासाठी आणि त्याचे विश्लेषण करण्यासाठी वापरला जातो.

अ] शब्द 2007.

ब] <u>प्रवेश 2007.</u>

सी] सिस्टम सुरक्षा.

ड] पॉवरपॉइंट 2007.

Q.46. तुम्हाला विविध प्रकारची माहिती साठवण्यासाठी आवश्यक तेवढे टेबल तयार करू शकता.

अ] <u>खरे.</u>

ब] असत्य.

प्र.४७. A "............" हे तुमच्या टेबलमधील फील्ड किंवा फील्डचा संच आहे जो प्रत्येक रेकॉर्डसाठी एक अद्वितीय ओळखकर्ता प्रवेश प्रदान करतो.

अ] परवलीचा शब्द.

ब] विशेष संहिता.

C] <u>प्राथमिककी.</u>

ड] अद्वितीय कोड.

प्र.४८. फोटो फाइल म्हणून टाकला जाऊ शकतो.

अ] खरे.

ब] <u>असत्य.</u>

प्र.49. तुम्ही टेबलमधील डेटाचे विश्लेषण करू शकता आणि डेटाच्या वेगवेगळ्या फील्डवर गणना करू शकता.

अ] <u>खरे.</u>

ब] असत्य.

प्र.५०. डेटा फॉरमॅट केल्याने काही विशिष्ट माहिती पटकन शोधण्यात मदत होते.

अ] खरे.

ब] <u>असत्य.</u>

प्र.५१. डेटाबेस परिभाषित करण्याची पहिली पायरी काय आहे.

अ] डेटाबेस डिझाइन करणे.

ब] डेटा संकलन.

C] <u>तुमच्याडेटाबेसचेनियोजनकरणे.</u>

ड] तुमचा डेटा डिजिटाइझ करणे.

प्र.५२. जेव्हा तुम्ही मुद्रण पूर्वावलोकन मोडमध्ये सारणी पाहता तेव्हा "प्रिंट पूर्वावलोकन" टॅब दिसून येतो.

अ] <u>खरे.</u>

ब] असत्य.

प्र.५३. टेबल, फॉर्म, क्वेरी आणि अहवाल यासारख्या सर्व प्रकारच्या डेटाबेस ऑब्जेक्टचे डिझाइन तयार करण्यासाठी आणि पाहण्यासाठी डेटाशीट दृश्य वापरले जाऊ शकते.

अ] खरे.

ब] <u>असत्य.</u>

प्र.५४. डीबीएमएस म्हणजे..................

A] <u>डेटाबेसव्यवस्थापनप्रणाली.</u>

B] डोमेन व्यवस्थापन प्रणाली.

C] डोमेन मॅनेजमेंट सर्व्हर.

D] डोमेन व्यवस्थापन शैली.

प्र.५५. प्रवेश हे देखील सुनिश्चित करा की प्रत्येक रेकॉर्डमध्ये रिक्त नसलेले प्राथमिक की फील्ड आहे आणि ते नेहमीच अद्वितीय आहे.

अ] <u>खरे.</u>

ब] असत्य.

प्र.५६. डेटा एंट्रीच्या वेळी फील्ड n आपोआप फील्ड करण्यासाठी "प्रमाणीकरण नियम" डीफॉल्ट मूल्य निर्दिष्ट करते.

अ] खरे.

ब] <u>असत्य.</u>

प्र.५७. डिझाईन दृश्य सारण्या, फॉर्म आणि क्वेरींमधील डेटाचे एक पंक्ती आणि स्तंभ दृश्य प्रदान करते.

अ] खरे.

ब] <u>असत्य.</u>

Q.58 तुम्ही मजकूर फील्डमध्ये कॅरेक्टर्स पर्यंत प्रविष्ट करू शकता.

अ] ३७५

ब] 125

क] 235

ड] <u>255</u>

प्र.१. नेटस्केप नेव्हिगेटर हा एक प्रकार आहे ....

A] उपयुक्तता कार्यक्रम.

ब] कार्यप्रणाली.

C] <u>ब्राउझर.</u>

ड] वेब ऑथरिंग प्रोग्राम.

Q.2. जेव्हा तुम्ही "http://www.mkcl.org" सारखा पत्ता टाइप करता तेव्हा या .org मध्ये सूचित होते.

A] <u>मूळवेबसाइट.</u>

ब] व्यावसायिक वेबसाईट.

C] संस्थात्मक वेब साइट.

ड] शैक्षणिक वेबसाईट.

Q.3. तुम्ही .... आणि................ वापरून विशिष्ट विषयासाठी वर्ल्ड वाइड वेबवर शोधू शकता.

अ] गोफर्स, फिडोस.

B] स्कॅनर, शोध इंजिन.

C] <u>शोधइंजिन, अनुक्रमणिका.</u>

डी ब्राउझर्स, लार्कर्स.

Q.4. अ] एन. .... हा इंटरनेटवर माहिती आणि संदेश कसे पाठवले जातात यासाठी नियमांचा एक संच आहे.

A] <u>प्रोटोकॉल.</u>

ब] ISP.

क] ऍपलेट.

D] HTML हायपर टेक्स्ट मार्कअप भाषा.

Q.5. विशिष्ट विषयाबद्दल इंटरनेटवर चर्चा म्हणून ओळखले जाते

अ] बातमी.

ब] <u>वृत्तगट.</u>

क] वेरोनिका.

ड] टेलनेट.

प्र.६. खालीलपैकी कोणता प्रोटोकॉलचा प्रकार नाही?

A] TCI/IP

ब] <u>ASCII</u>

क] यापैकी नाही.

ड] ppp

प्र.७. खालीलपैकी कोणता प्रोटोकॉलचा प्रकार आहे?

अ] ASCII

ब] रॅम

C] <u>TCI/IP</u>

D] DBA

प्र.८. ई-मेल संदेशाचे तीन भाग आहेत

A] TCP/IP, डोमेन आणि ISP.

ब] गंतव्यस्थान, उपकरण आणि प्रेषक.

C] <u>शीर्षलेख, संदेशआणिस्वाक्षरी.</u>

D] TCP, IP आणि संदेश.

प्र.९. जगभरातील अनेक संगणकांना जोडणारे नेटवर्क म्हणजे काय?

अ] इंट्रानेट.

B] <u>इंटरनेट.</u>

क] अर्पणेत.

ड] नेटवर्क.

प्र.१०. खालीलपैकी कोणता ब्राउझर आहे.

अ] वेब साईट.

ब] मायक्रोसॉफ्ट.

C] <u>इंटरनेटएक्सप्लोरर.</u>

ड] www.

प्र.११. DNS या अटींचा अर्थ आहे.

अ] डेटा नामकरण प्रणाली.

ब] नाव प्रणाली करा.

C] <u>डोमेननेमसिस्टम.</u>

ड] डुप्लिकेट नाव प्रणाली.

Q.12. इंटरनेट ई-मेल पत्ता प्रत्येक वापरकर्त्यासाठी .... आहे.

अ] <u>अद्वितीय.</u>

ब] समान.

क] सामान्य.

ड] यापैकी नाही.

प्र.१३. कोणत्याही वेबसाइटवर नेव्हिगेट करण्यासाठी, वापरकर्त्यास प्रविष्ट करणे आवश्यक आहे

अ] URL.

ब] www.

क] पीपीपी.

ड] यापैकी नाही.

प्र.१४. ई-कॉमर्सचे पूर्ण रूप काय आहे?

अ] इंग्रजी वाणिज्य.

ब] इलेक्ट्रॉनिककॉमर्स.

C] इलेक्ट्रिक कॉमर्स.

ड] घटक वाणिज्य.

प्र.१५. तुम्हाला आवश्यक असलेल्या एखाद्याला ई-मेल पाठवण्यासाठी ....

अ] रहिवासी पत्ता.

ब] इंटरनेटकनेक्टिव्हिटी.

C] फॅक्स पत्ता.

ड] यापैकी नाही.

प्र.१६. .... हे वेबपेज पाहण्यासाठी वापरले जाते.

अ] इनबॉक्स.

ब] रिसायकल बिन.

C] इंटरनेटएक्सप्लोरर.

D] नेटवर्क नेबरहुड.

प्र.१७. URL चे पूर्ण रूप

अ] युनिव्हर्सल रिसोर्स लोकेटर.

B] एकसमानसंसाधनलोकेटर.

C] युनि रिसोर्स लोकेटर.

ड] यापैकी नाही.

प्र.१८. मॉडेम सीडीमधील डेटा हार्ड डिस्कमध्ये रूपांतरित करतो.

अ] खरे.

ब] असत्य.

प्र.१९. खालीलपैकी कोणते सर्च इंजिन आहे.

अ] गुगल.

ब] अल्टा व्हिस्टा.

क] याहू.

ड] <u>हेसर्व.</u>

प्र.२०. ई-कॉमर्स म्हणजे काय?

अ] <u>ऑनलाइनविक्री, खरेदी, खातेहाताळणीइ.</u>

ब] विषय वाणिज्य प्रवाह.

C] व्यावसायिक समस्या हाताळण्यासाठी इलेक्ट्रॉनिक उपकरणे.

D] वरील सर्व.

प्र.२१. . .gov, .edu, .mil आणि .net या विस्तारांना म्हणतात.

अ] DNS.

ब] ई-मेल लक्ष्य.

C] <u>डोमेनकोड.</u>

ड] पत्त्यावर मेल.

प्र.२२. वेब स्पायडर आणि क्रॉलर्स याची उदाहरणे आहेत

अ] ब्राउझर.

ब] <u>शोधइंजिन.</u>

C] HTML प्रोग्राम्स.

ड] ज्वाळा.

प्र.२३. URL म्हणजे काय?

अ] वर्ल्ड वाइड वेबवर जाण्यासाठी वापरलेले सॉफ्टवेअर पॅकेज..

B] <u>वर्ल्डवाइडवेबवरीलसंसाधनाचापत्ता.</u>

C] अंतर्गत विझार्डचे वर्णन करण्यासाठी वापरल्या जाणाऱ्या संज्ञा.

D] एक थेट गप्पा कार्यक्रम [अमर्यादित रिअल टाइम भाषा.

प्र.२४. "www." हे संक्षेप काय आहे. याचा अर्थ.

अ] <u>वर्ल्डवाइडवेब.</u>

ब] वाइड वाइड वेब.

क] वर्ल्ड विड्थ वेब.

ड] वेबसह जग.

प्र.२५. वापरकर्त्याला कीवर्डवर डेटा शोधण्याची परवानगी देणारी वेबसाइट आहे:

अ] चॅट इंजिन.

ब] राउटर.

C] वेब सर्व्हर.

ड] <u>शोधइंजिन.</u>

प्र.२६. खालीलपैकी कोणते वेब सर्च इंजिन जगभरात वापरले जाते?

अ] डोमेन.

ब] गुगल.

क] टॉगल करा.

ड] यापैकी नाही.

प्र.२७. जेव्हा तुम्ही एखादा विषय शोधण्यासाठी a(n) .... वापरता, तेव्हा तुम्ही शोधत असलेली माहिती स्ट्रक्चर सारख्या डेटाबेसमध्ये व्यवस्थित केली जाते.

अ] शोधइंजिन.

ब] निर्देशांक.

क] कोळी.

ड] ऍपलेट.

प्र.२८. खालीलपैकी कोणती प्रणाली इलेक्ट्रॉनिक पत्र किंवा संदेश व्यक्ती किंवा संगणक दरम्यान पाठविली जाते.

अ] ई-मेल.

ब] ऑनलाइन सेवा.

C] संसाधने सामायिक करा.

ड] व्हॉइस मेल संदेशन.

प्र.२९. आवडत्या सूचीमध्ये वर्तमान वेब जोडण्यासाठी.

A] "आवडते - आवडींमध्येजोडा" वरक्लिककरा.

B] "जोडा - आवडी" वर क्लिक करा.

C] "फाइल - आवडते क्लिक करा.

ड] हे सर्व.

प्र.३०. वेबवरून एका साइटवरून दुसऱ्या साइटवर फिरणे याला................ असे म्हणतात.

अ] जोडणे.

ब] नेव्हिगेटकरणे.

क] उडी मारणे.

ड] पेजिंग.

प्र.३१. प्रोटोकॉल दोन किंवा अधिक संगणकांमधील माहिती पास करण्याचे नियम परिभाषित करतो.

अ] खरे.

ब] असत्य.

प्र.३२. इंटरनेटवर पाठवलेली माहिती लहान तुकड्यांमध्ये विभागली जाते ज्याला म्हणतात.

अ] पॅकेट्स.

ब] पीपीपी

सी] ई-मेल फॉर्म.

ड] संदेश.

प्र.३३. PPP आणि SLIP सारखे प्रोटोकॉल वापरले जातात.

अ] <u>डेटाट्रान्सफर.</u>

ब] डायलअप इंटरनेट कनेक्शन.

C] डोमेन नोंदणी.

ड] यापैकी नाही.

प्र.३४. .com .... संस्थेचे प्रकार सूचित करते.

अ] <u>व्यावसायिक.</u>

ब] कॉम्प्लेक्स.

क] कंपनी.

ड] मालवाहू.

प्र.35. दुसऱ्या व्यक्तीच्या मेलबॉक्समध्ये इंटरनेटवर संदेश पाठवणे आहे

अ] ई-व्यवसाय.

ब] ई-पत्र.

C] <u>ई-मेल.</u>

ड] सायबर माली.

प्र.१. हा वैयक्तिक माहिती व्यवस्थापकांचा एक प्रकार आहे.

अ] एमएस वर्ड 2007

ब] एमएस एक्सेल 2007

सी] एमएस पॉवरपॉइंट 2007

ड] <u>एमएसआउटलुक 2007</u>

Q.2. तुम्ही स्प्रेडशीट्स, वर्ड प्रोसेसर डॉक्युमेंट डेटाबेस, अगदी ध्वनी रेकॉर्डिंग आणि ग्राफिक प्रतिमांसह सर्व प्रकारच्या फाइल्स ई-मेलमध्ये संलग्न करू शकता.

अ] <u>खरे</u>

ब] असत्य

Q.3. मेल तयार करण्यासाठी, आम्ही नेव्हिगेशन उपखंडातील "मेल" वर क्लिक करतो.

अ] <u>खरे</u>

ब] असत्य

Q.4. तुम्ही मेल पाठवण्यासाठी आणि प्राप्त करण्यासाठी "पाठवा/प्राप्त करा" बटण वापरता.

अ] <u>खरे.</u>

ब] असत्य.

Q.5. तुम्ही तुमचे कामाचे वातावरण वैयक्तिकृत करू इच्छित असल्यास तुमचे संपर्क व्यवस्थापित करणारे साधन वापरू इच्छिता. शेड्युल इ. तुम्ही वापराल.

अ] मायक्रोसॉफ्ट ऑफिस एक्सेल 2007

ब] मायक्रोसॉफ्ट ऑफिस पॉवरपॉइंट 2007

C] <u>Microsoft Office Outlook 2007</u>

D] मायक्रोसॉफ्ट ऑफिस वर्ड 2007

प्र.६. एमएस आउटलुक 2007 मधील एंट्री, जी 24 तासांपेक्षा जास्त काळ गमावते त्याला असे म्हणतात

अ] <u>घटना</u>

ब] प्रदर्शन

क] मेल

ड] कॅलेंडर

प्र.७. मेल मसाज तयार करणे याला मेल "एकत्रित करणे" असेही म्हणतात.

अ] खरे.

ब] <u>असत्य.</u>

प्र.८. आउटलुक 2007 चे सर्वात महत्वाचे वैशिष्ट्य म्हणजे ई-मेल पाठवणे आणि प्राप्त करणे.

अ] <u>खरे.</u>

ब] असत्य.

प्र.९. A .... हा MS Outlook 2007 मध्ये वापरला जाणारा वर्णनात्मक कीबोर्ड किंवा वाक्यांश आहे ज्यामध्ये तुम्ही संबंधित वस्तू नियुक्त करू शकता.

अ] <u>श्रेणी</u>

ब] मेल

क] नोट्स

ड] बिंदू

प्र.१०. सोर्टिंग टास्क ही वस्तूंची चढत्या क्रमाने पुनर्रचना करण्याची प्रक्रिया आहे.

अ] <u>खरे.</u>

ब] असत्य.

प्र.११. "नोटबुक" एक इलेक्ट्रॉनिक पुस्तक आहे. ज्यामध्ये तुम्ही ज्यांच्याशी संवाद साधता त्या सर्व लोकांची तपशीलवार माहिती समाविष्ट आहे.

अ] खरे.

ब] <u>असत्य.</u>

Q.12. .... या तुमच्या ई-मेल संदेशासोबत असलेल्या वेगळ्या बाह्य फाइल्स आहेत.

अ] <u>संलग्नक</u>

ब] पर्याय

क] ई-मेल

ड] पार्सल

प्र.१३. कार्य एक वैयक्तिक कार्य संबंधित क्रिया आयटम आहे.

अ] <u>खरे.</u>

ब] असत्य.

प्र.१४. "झटपट शोध" वैशिष्ट्य आपल्याला Microsoft Office Outlook 2007 मध्ये आयटम द्रुतपणे शोधण्यात मदत करते.

अ] <u>खरे.</u>

ब] असत्य.

प्र.१५. एमएस आउटलुक 2007 मध्ये तुम्ही कोणत्याही वेळी टास्कची स्थिती अपडेट करू शकता आणि पूर्ण झालेले टक्केवारी निर्दिष्ट करू शकता.

अ] <u>खरे</u>.

ब] असत्य.

प्र.१६. तुम्ही "BCC" वापरून प्राप्तकर्त्याचे नाव जोडल्यास ते नाव संदेशाच्या इतर प्राप्तकर्त्यांना दिसणार नाही.

अ] <u>खरे.</u>

ब] असत्य.

प्र.१७. जेव्हा तुम्ही Microsoft Outlook 2007 सुरू करता. तुम्हाला प्राप्त होणारे सर्व मेल तुमच्या "इनबॉक्स" फोल्डरमध्ये डीफॉल्ट म्हणून जमा केले जातात.

अ] <u>खरे.</u>

ब] असत्य.

प्र.१८. महत्त्वाच्या मेलच्या शेजारी असलेल्या ध्वज चिन्हावर क्लिक केल्यानंतर ते टू डू बारमध्ये जोडले जाते.

अ] <u>खरे</u>.

ब] असत्य.

प्र.१९. तुम्हाला तुमचे संपर्क फाइलमध्ये सेव्ह करावे लागतील, जेणेकरून ते भविष्यात वापरण्यासाठी उपलब्ध असतील. याला म्हणतात.................

अ] "जतन करणे"

ब] "आयात करत आहे"

C] <u>"निर्यातकरणे"</u>

ड] "अर्कळणे"

प्र.२०. मेलिंग लिस्ट म्हणजे संपर्कांचा संग्रह.

अ] <u>खरे.</u>

ब] असत्य.

प्र.२१. तुम्हाला प्राप्त झालेला मेल फॉरवर्ड करण्यासाठी, इनबॉक्समधील मेलवर क्लिक करा आणि नंतर "फॉरवर्ड करा" बटणावर क्लिक करा.

अ] <u>खरे.</u>

ब] असत्य.

प्र.२२. "नोट्स" ही कागदी नोटांची इलेक्ट्रॉनिक आवृत्ती आहे जी तुम्ही द्रुत स्मरणपत्रे खाली करण्यासाठी वापरता.

अ] <u>खरे</u>

ब] असत्य

प्र.२३. तुम्ही "Cc" वापरून प्राप्तकर्त्याचे नाव जोडल्यास, संदेशाच्या इतर प्राप्तकर्त्यांना ते नाव दिसत नाही.

अ] खरे.

ब] <u>खोटे</u>.

प्र.२४. जेव्हा तुम्ही Microsoft Outlook 2007 उघडाल, तेव्हा तुम्हाला डावीकडे नेव्हिगेशन उपखंड दिसेल. ज्यामध्ये मेल, कॅलेंडर आणि संपर्क इ. सारख्या श्रेणींचा समावेश आहे?

अ] <u>खरे</u>.

ब] असत्य.

प्र.२५. एमएस आउटलुक 2007 मधील टास्क टाइमलाइन दृश्यात. कार्ये त्यांच्या देय तारखांनुसार व्यवस्थित केली जातात.

अ] <u>खरे</u>.

ब] असत्य.

प्र.२६. "श्रेणी" क्रमवारी लावणे ही वस्तूंची चढत्या किंवा उतरत्या क्रमाने पुनर्रचना करण्याची प्रक्रिया आहे.

अ] खरे.

ब] <u>खोटे</u>.

प्र.२७. एमएस आउटलुक 2007 मध्ये तुम्ही तुमच्या मेलिंग लिस्टमध्ये विविध पुस्तकांचे संपर्क जोडू शकता.

अ] <u>खरे</u>.

ब] असत्य.

प्र.२८. तुम्हाला मिळालेली माहिती तुमच्या मित्राला किंवा इतर कोणत्याही व्यक्तीपर्यंत पोहोचवायला तुम्ही गेलात तेव्हा तुम्हाला मिळालेला मेल.............

अ] "शेअर करा"

ब] "दे"

C] "पाठवा"

D] "फॉरवर्ड"

प्र.२९. "Cc" म्हणजे कार्बन कॉपी आणि "Bcc" म्हणजे अंध कार्बन कॉपी.

अ] खरे.

ब] असत्य.

प्र.३०. .... हे एक इलेक्ट्रॉनिक पुस्तक आहे, ज्यामध्ये तुम्ही ज्यांच्याशी संवाद साधता त्या सर्व लोकांची तपशीलवार माहिती समाविष्ट आहे.

अ] पत्तापुस्तिका

ब] दिनदर्शिका

क] कार्य

ड] नोटबुक

प्र.३१. तुम्ही फॉलो-अप आयटम द्रुतपणे तयार करण्यासाठी ध्वज वापरू शकता जो टू-डू-बारमध्ये, तुमच्या इनबॉक्समध्ये आणि कॅलेंडरमध्ये देखील ट्रॅक केला जाऊ शकतो.

अ] खरे.

ब] असत्य.

प्र.३२. तुम्ही MS Outlook 2007 मध्ये "विषयानुसार व्यवस्था पहा" निवडून विषयानुसार तुमची कार्ये क्रमवारी लावू शकता.

अ] खरे.

ब] असत्य.

प्र.३३. जेव्हा तुम्ही Microsoft Outlook 2007 सुरू करता, तेव्हा तुम्हाला प्राप्त होणारे सर्व मेल तुमच्या "Drafts" फोल्डरमध्ये डिफॉल्ट म्हणून जमा केले जातात.

अ] खरे.

ब] असत्य.

प्र.१. जेव्हा वेब साइट विकसित केली जाते; एकमेकांशी जोडलेल्या विविध फाईल्स एकत्र गटबद्ध केल्या आहेत. कोणत्या सुविधेचा वापर करून हे साध्य केले जाते.

अ] हायपरटेक्स्ट.

ब] हायपरलिंक्स.

C] नेटवर्क.

ड] यापैकी नाही.

Q.2. इंटरनेट मधील "www" हे संक्षेप काय आहे:

अ] वर्ल्डवाइडवेब.

ब] वाइड वाइड वेब.

क] वर्ल्ड विड्थ वेब.

ड] वेबसह जग.

Q.3. .... हे सर्वात वेगाने वाढणाऱ्या इंटरनेट ॲप्लिकेशन्सपैकी एक आहे.

अ] ई-मेल.

ब] खरेदी.

क] गुंतवणूक.

ड] वाणिज्य.

प्र.१०. ई-मेलमध्ये खालील सर्व मूलभूत घटकांचा समावेश आहे.

अ] शीर्षलेख.

ब] तळटीप.

क] संदेश.

ड] स्वाक्षरी.

प्र.११. इन्स्टंट मेसेजिंग तुम्हाला अनुमती देते

अ] ई-मेलसंदेशपाठवा.

ब] डेटा शेअर करणे.

C] तुमच्या संदेशांचे त्वरित उत्तर.

ड] रिअल टाइममध्ये होणाऱ्या संभाषणात एकाच वेळी अनेकांशी संवाद साधणे.

Q.12.] जेव्हा तुम्ही अ] एन. .... एखाद्या विषयाचा शोध घेण्यासाठी तुम्ही जी माहिती शोधता ती डेटाबेसमध्ये व्यवस्थापित केली जाते - सारखी रचना.

अ] शोधइंजिन.

ब] निर्देशांक.

क] कोळी.

ड] ॲपलेट.

प्र.१३. .gov, .edu, .mil, आणि .net या विस्तारांना म्हणतात.

अ] DNS.

ब] ई-मेल लक्ष्य.

C] डोमेनकोड.

ड] पत्त्यांवर मेल करा.

प्र.१४.] वेब स्पायडर हे सर्च इंजिन म्हणूनही ओळखले जातात..

अ] खरे.

ब] असत्य.

Q.15.B2c, C2C आणि B2B हे .... चे प्रकार आहेत.

अ] ई-मेल.

ब] ई-कॉमर्स.

क] ई-रोख.

ड] हे सर्व.

प्र.१६. कोणत्याही वेबसाइटवर नेव्हिगेट करण्यासाठी, वापरकर्त्यास प्रविष्ट करणे आवश्यक आहे.

अ] URL.

ब] www.

क] पीपीपी.

ड] यापैकी नाही.

प्र.१७. वेब स्पायडर आणि क्रॉलर्स ही उदाहरणे आहेत

अ] ब्राउझर.

ब] शोधइंजिन.

C] HTML प्रोग्राम्स.

ड] ज्वाळा.

प्र.१८. .com संस्थेच्या .... प्रकारची वेबसाइट दर्शवते.

अ] वाणिज्य.

ब] कॉम्प्लेक्स.

क] कंपनी.

ड] मालवाहू.

Q.19.ISP म्हणजे.

अ] अंतर्गत सेवा योजना.

ब] इंटरनेट सेवा योजना.

C] अविभाज्य सेवा योजना.

ड] इंटरनेटसेवाप्रदाता.

Q.20............ हे असे प्रोग्राम आहेत जे वेब संसाधनांमध्ये प्रवेश प्रदान करतात.

अ] ब्राउझर.

ब] शोध इंजिन.

क] कार्यक्रम.

ड] हे सर्व.

प्र.२१. वर्ल्ड वाइड वापरण्यात येणारे वेब सर्च इंजिन कोणते आहे?

अ] डोमेन.

ब] गुगल.

क] टॉगल करा.

ड] हे सर्व.

प्र.२२. विशिष्ट बद्दल इंटरनेटवर चर्चा म्हणून ओळखले जाते

अ] बातमी.

ब] <u>वृत्तगट.</u>

C] वेरोनिका.

ड] टेलनेट.

प्र.२३. URL मधून पूर्ण

अ] युनिव्हर्सल रिसोर्स लोकेटर.

B] <u>एकसमानसंसाधनलोकेटर.</u>

C] युनि रिसोर्स लोकेटर.

ड] यापैकी नाही.

Q.4. कीबोर्डवर 0 -9 असे लेबल लावलेल्या की म्हणतात.

अ] फंक्शन की.

ब] टाइपरायटर की.

C] <u>संख्यात्मककी.</u>

ड] विशेष उद्देश की.

Q.5. माऊस आणि ट्रॅक बॉलची कार्ये भिन्न आहेत.

अ] खरे.

ब] <u>असत्य.</u>

प्र.६. .... उपकरणे लोकांना समजलेल्या गोष्टींचे संगणकावर प्रक्रिया करू शकतील अशा स्वरूपात भाषांतर करतात.

अ] इनपुट.

ब] आउटपुट.

अ] <u>हेसर्व.</u>

ब] यापैकी नाही.

प्र.७. F1, F2 आणि असे लेबल असलेल्या कीबोर्ड कीजला............... म्हणतात.

अ] <u>फंक्शनकी.</u>

ब] संख्यात्मक कळा.

C] टाइपरायटर की.

ड] विशेष उद्देश की.

प्र.८. खालीलपैकी कोणते उपकरण पॉइंटिंग प्रकारच्या उपकरणाचे नाही?

अ] उंदीर.

ब] टच स्क्रीन.

क] <u>कीबोर्ड.</u>

ड] जॉयस्टिक.

प्र.९. यापैकी कोणते इनपुट उपकरण नाही?

अ] <u>मॉनिटर.</u>

ब] उंदीर.

क] की बोर्ड.

ड] जॉयस्टिक.

प्र.९. CD-ROM चा अर्थ आहे.

अ] कॉम्पॅक्टडिस्करीडओन्लीमेमरी.

B] कॉम्पॅक्ट डिस्क एकदा मेमरी वाचली.

C] CD-RW.

ड] यापैकी नाही.

Q.10............ प्रोग्राम्स जे तुमच्या संगणक प्रणालीला व्हायरस किंवा इतर हानीकारक प्रोग्राम्सपासून वाचवतात.

अ] बॅकअप.

ब] अँटीव्हायरस.

क] विस्थापित करा.

ड] यापैकी नाही.

प्र.११. वर्तुळाच्या एका भागाला काय नाव दिले जाते ज्यावर स्टोरेज मीडियामध्ये डेटा लिहिला जातो?

मार्ग.

ब] क्षेत्र.

क] सिलेंडर.

ड] सर्पिल.

Q.12. CD-RW डिस्क म्हणजे.

अ] सीडी-पुनर्लेखनकरण्यायोग्य.

ब] सीडी-रेकॉर्डेबल.

C] CD-ROM.

ड] यापैकी नाही.

प्र.१३. .. .. ओमेगा द्वारे उत्पादित केले जाते आणि आजच्या मानक फ्लॉपी डिस्कच्या 500 पट जास्त क्षमता 100 MB, 250 MB किंवा 750 MB आहे.

अ] सुपर डिस्क.

ब] HiFD डिस्क.

C] झिपडिस्क.

ड] यापैकी नाही.

प्र.१४. प्राथमिक स्टोरेज अस्थिर आहे.

अ] खरे.

ब] असत्य.

प्र.१५. सोनी कॉर्पोरेशनच्या HiFD डिस्क्सची क्षमता 200 MB किंवा 720 MB आहे.

अ] <u>खरे.</u>

ब] असत्य.

Q.16........... इमेशन द्वारे उत्पादित केले जातात आणि त्यांची क्षमता 120 MB किंवा 240 MB असते.

अ] <u>सुपरडिस्क.</u>

ब] HiFD डिस्क.

C] झिप डिस्क.

ड] यापैकी नाही.

प्र.१७. .... ही काढता येण्याजोगी स्टोरेज उपकरणे आहेत जी मोठ्या प्रमाणात माहिती साठवण्यासाठी वापरली जातात.

अ] <u>हार्डडिस्कपॅक</u>.

ब] सीडी.

C] फ्लॉपी डिस्क.

ड] यापैकी नाही.

प्र.१८. प्रत्येक ट्रॅक पाचर-आकाराच्या विभागात विभागलेला असतो ज्याला सेक्टर म्हणतात.

अ] <u>खरे.</u>

ब] असत्य.

प्र.१९. स्टोरेज डिव्हाइस हे हार्डवेअर आहेत जे स्टोरेज मीडियामधून डेटा आणि प्रोग्राम वाचतात.

अ] <u>खरे.</u>

ब] असत्य.

प्र.२०. डिस्क लेबलवरील 2 HD म्हणजे.

अ] दोन बाजू, कमी घनता.

ब] <u>दोनबाजूउच्चघनता</u>.

C] एक बाजू उच्च घनता.

ड] यापैकी नाही.

Q.21............ डिस्क्सची स्टोरेज क्षमता 120 MB आहे आणि ड्रायव्हर्स मानक 3.5" फ्लॉपी डिस्कवर डेटा वाचण्यास आणि संग्रहित करण्यास सक्षम आहेत.

अ] <u>सुपरडिस्क्स.</u>

ब] HiFD डिस्क.

C] झिप डिस्क.

ड] यापैकी नाही.

प्र.२२. झिप डिस्क्स ओमेगाद्वारे तयार केल्या जातात आणि सामान्यत: 100 MB, 250 MB किंवा 750 MB क्षमतेच्या 500 पट जास्त असतात जसे की आजच्या मानक फ्लॉपी डिस्कच्या तुलनेत.

अ] <u>खरे.</u>

ब] असत्य.

प्र.२३. CD-R चा अर्थ आहे.

अ] <u>सीडी-रेकॉर्डेबल.</u>

ब] सीडी-रनर.

C] CD-रिसीव्हर.

ड] यापैकी नाही.

प्र.२४. प्रत्येक ट्रॅक नावाच्या पाचर घालून घट्ट बसवणे-आकार विभाग विभागले आहे.

मार्ग.

ब] <u>क्षेत्र.</u>

क] गोल.

ड] यापैकी नाही.

प्र.२५. हार्ड डिस्क पॅक हे काढता येण्याजोगे स्टोरेज उपकरणे आहेत ज्यांचा वापर मोठ्या प्रमाणावर माहितीसाठी केला जातो.

अ] <u>खरे.</u>

ब] असत्य.

प्र.२६. दुय्यम स्टोरेज गैर-अस्थिर आहे.

अ] <u>खरे.</u>

ब] असत्य.

Q. 1 ________ म्हणजे मौल्यवान माहितीचे अनधिकृत प्रवेश, रेकॉर्डिंग, प्रकटीकरण किंवा विनाश यापासून संरक्षण करण्यासाठी घेतलेली सराव आणि खबरदारी.

अ] नेटवर्क सुरक्षा

ब] डेटाबेस सुरक्षा

क] <u>माहितीसुरक्षा</u>

ड] भौतिक सुरक्षा

प्रश्न 2 ________ प्लॅटफॉर्मचा वापर क्लाउडमधील माहितीच्या सुरक्षिततेसाठी आणि संरक्षणासाठी केला जातो.

अ] <u>क्लाउडवर्कलोडसंरक्षणप्लॅटफॉर्म</u>

B] क्लाउड सुरक्षा प्रोटोकॉल

क] AWS

ड] वन ड्राइव्ह

प्र. 3 तडजोड करणारी गोपनीय माहिती अंतर्गत येते__

किडा

ब] धमकी

क] अगतिकता

ड] हल्ला

Q. 4 प्रणाली किंवा नेटवर्कला हानी पोहोचविण्याचा, नुकसान करण्याचा किंवा धोका निर्माण करण्याचा प्रयत्न करणे याला व्यापकपणे _______ असे म्हटले जाते.

अ] सायबर-गुन्हा

ब] सायबरहल्ला

क] प्रणाली अपहरण

ड] डिजिटल गुन्हे

प्र. 5 सीआयए ट्रायड बहुतेकदा खालीलपैकी कोणते द्वारे दर्शविले जाते?

अ] त्रिकोण

ब] कर्ण

क] लंबवृत्त

ड] वर्तुळ

Q. 6 माहिती सुरक्षेशी संबंधित, गोपनीयता खालीलपैकी कोणाच्या विरुद्ध आहे?

अ] बंद

ब] प्रकटीकरण

क] आपत्ती

ड] विल्हेवाट

Q. 8 ________ म्हणजे अज्ञात वापरकर्त्यांद्वारे केलेल्या बदलापासून डेटाचे संरक्षण.

अ] गुप्तता

ब] सचोटी

क] प्रमाणीकरण

ड] अनावृत्ति

प्र. 9 ________ माहितीचा अर्थ, केवळ अधिकृत वापरकर्ते माहितीमध्ये प्रवेश करण्यास सक्षम आहेत.

अ] गुप्तता

ब] सचोटी

क] नकार न देणे

ड] उपलब्धता

प्रश्न 10 हे माहितीचे मूळ आणि अस्सल वापरकर्ता ओळखण्यात मदत करते. याला येथे ____________ असे संबोधले जाते

अ] गुप्तता

ब] सचोटी

क] <u>सत्यता</u>

ड] उपलब्धता

प्र. 11 डेटा ____________ गोपनीयतेची खात्री करण्यासाठी वापरला जातो.

अ] <u>एनक्रिप्शन</u>

ब] कुलूप लावणे

क] डिक्रिप्शन

ड] बॅकअप

रोजगारक्षमताकौशल्यांबद्‌दलअधिक MCQ प्रश्नउत्तरे

1] प्लंबर ------------ काल पाईप्स.

अ] दुरुस्ती

ब] दुरुस्ती

क] दुरुस्ती होते

डी] दुरुस्त करण्यात आली

उत्तर = डी

2] कुमार ---------- एक चांगला सुतार.

अ] आहेत

ब] करू शकता

C] व्हा

डी] आहे

उत्तर = डी

3] उद्‌या ये आणि दाराची ठोठा दुरुस्त कर हे वाक्य आहे --------

अ] चौकशी करणारा

ब] अत्यावश्यक

C] उद्‌गारात्मक

D] काहीही नाही

उत्तर = B

4] सीटीएस प्रशिक्षण किती प्रभावी ठरले आहे! हे वाक्य आहे _________

अ] उद्‌गारवाचक

ब] अत्यावश्यक

C] घोषणात्मक

D] काहीही नाही

उत्तर = ए

5] तुमच्या बॉसला संबोधित करताना तुम्ही ------------ असावे.

अ] असभ्य

ब] अनौपचारिक

क] औपचारिक

ड] एकही नाही

उत्तर = C

6] ग्राहकाने लेडी एक्झिक्युटिव्हला प्रदर्शित करण्याची विनंती केली

विविध मोबाइल फोन मॉडेल. ग्राहकाने ------- मोबाईलची किंमतही सांगण्यास सांगितले.

अ] त्याला

ब] त्याचे

क] तिला

ड] ते

उत्तर = C

7] ITI प्राचार्य मनोजला बोलावले. मुख्याध्यापकांनी विचारले -------

दाखवण्यासाठी ----- CTS परीक्षेचे हॉल तिकीट.

अ] त्याला,

ब]त्याचा,

तिला,

डी] त्याची ती,

उत्तर = ए

8] नमस्कार, कसे आहात? काय चालू आहे? - ही ------------ ची उदाहरणे आहेत.

अ] औपचारिक संवाद

ब] अनौपचारिक संवाद

C] विनम्र संवाद

ड] एकही नाही

उत्तर = B

9] तुम्ही कामावर कसे येतात? तुमची पात्रता काय आहे? -

ही ------------ ची उदाहरणे आहेत.

अ] औपचारिक संवाद

ब] अनौपचारिक संवाद

सी] असभ्य संवाद

ड] अयोग्य संवाद

उत्तर = ए

10] तुम्ही किराणा दुकानात तुमच्या सुपरवायझरला भेटलात तर तुम्ही -----------.

अ] तोंड फिरवून निघून जा

ब] त्याच्याकडे धावत जा आणि त्याला मिठी मारा

C] त्याला/तिला औपचारिकपणे अभिवादन करा

D] त्याला/तिला अनौपचारिकपणे अभिवादन करा

उत्तर = C

11] जेव्हा तुम्ही प्रशिक्षणार्थीकडून स्क्रू ड्रायव्हर घ्याल, तेव्हा तुम्ही म्हणा, '---------

अ] मला तुझा स्क्रू ड्रायव्हर दे

ब] तुम्ही मला तुमचा स्क्रू ड्रायव्हर देऊ शकता का?

क] तुमच्याकडे किती छान स्क्रू ड्रायव्हर आहे!

ड] मला तुझा स्क्रू ड्रायव्हर सोड

उत्तर = B

12] कंपनीने सुताराला बॉक्स डिझाइन करण्यास सांगितले दिलेली परिमाणे. तो मंजूर झाल्यावर त्यांनी अनेक केले अधिक -------------- कंपनीसाठी.

अ] पेटी

ब] कॅबिनेट

क] पेटी

ड] संख्या

उत्तर = C

13] भव्य, मोठे, पातळ, लांब, चौकोनी, तेजस्वी, तीक्ष्ण, कठोर ही ------------ उदाहरणे आहेत.

अ] वर्णन करणारे शब्द

ब] क्रिया शब्द

क] सर्वनाम

ड] नामकरण शब्द

उत्तर = ए

14] टेबल, वायर, सॉकेट, केबल, हातोडा, खिळे, पाईप, मोटर, रेफ्रिजरेटर - ------------ ची उदाहरणे आहेत.

अ] क्रिया शब्द

ब] सर्वनाम

क] वर्णन करणारे शब्द

ड] नामकरण शब्द

उत्तर = डी

15] फिक्स, माप, खेचणे, उचलणे, पीसणे, मिक्स करणे, ऑपरेट करणे ---------- ची उदाहरणे आहेत.

अ] व्प्रनाम

ब] क्रिया शब्द

क] वर्णन करणारे शब्द

ड] नामकरण शब्द

उत्तर = B

16] स्वल्पविराम, पूर्णविराम, प्रश्नचिन्ह – ------------ ची उदाहरणे आहेत.

अ] रचना

ब] विरामचिन्हे

क] औपचारिक संवाद

ड] एकही नाही

उत्तर = B

17] आपण दिलेले असाइनमेंट पूर्ण करण्याची विनंती आहे

सोमवार. हे ---------------- चे उदाहरण आहे.

अ] असभ्य संवाद

ब] औपचारिक संवाद

सी] अनौपचारिक संवाद

ड] तोंडी संवाद

उत्तर = B

18] हावभाव, चेहर्यावरील हावभाव, डोळ्यांचा संपर्क ही ------------ उदाहरणे आहेत.

अ] शाब्दिक संवाद

ब] गैर-मौखिक संवाद

क] अभिनय कौशल्य

ड] संवाद कौशल्य

उत्तर = B

19] मला कामाच्या ठिकाणी सुरक्षिततेबद्दल तक्रारी आल्या आहेत.

कृपया ते तत्काळ तपासा आणि तपशील माझ्यासोबत शेअर करा. हे ----------- चे उदाहरण आहे.

अ] प्रासंगिक संवाद

ब] औपचारिक कामाच्या ठिकाणी संवाद

सी] अनौपचारिक संवाद

डी] अनौपचारिक कामाच्या ठिकाणी संवाद

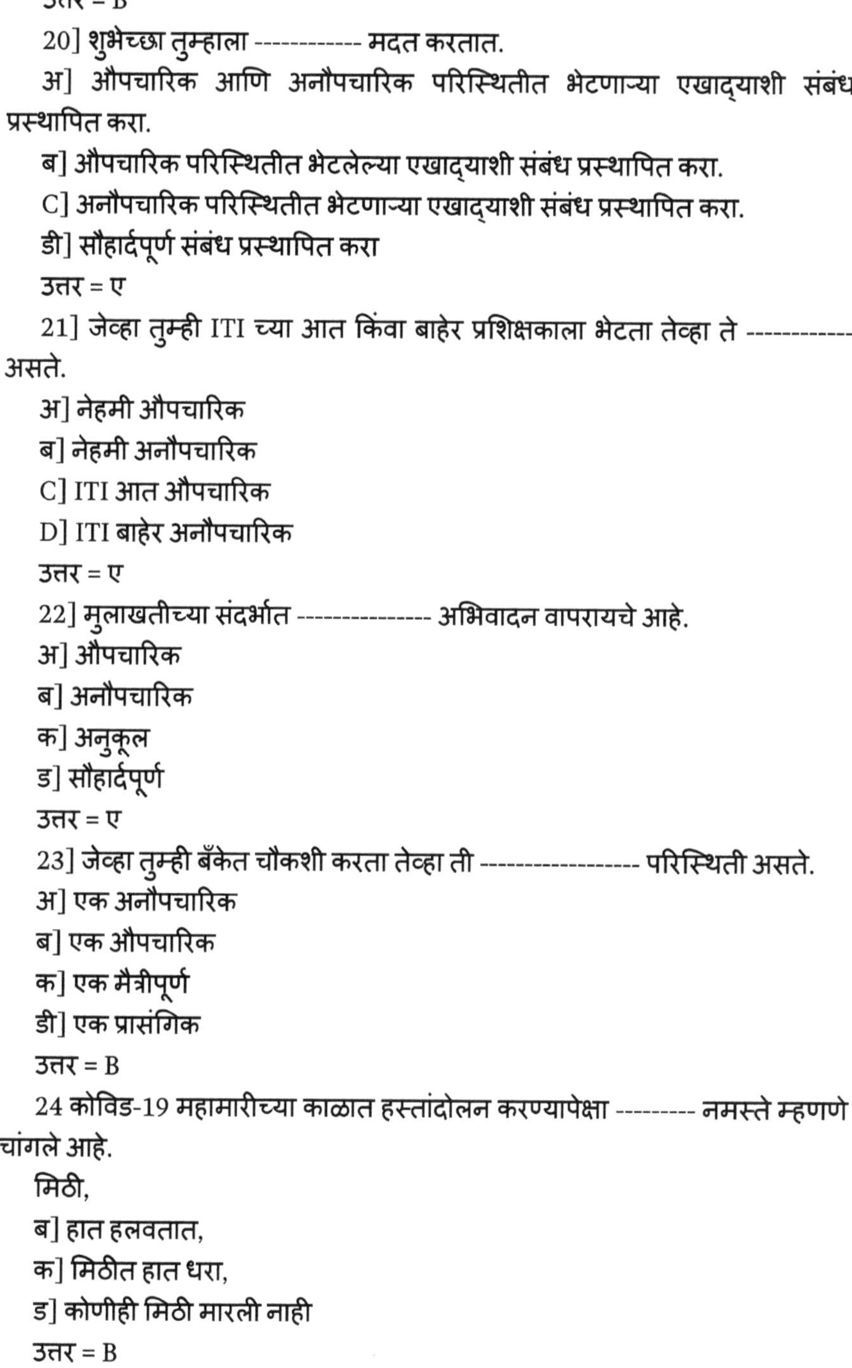

उत्तर = B

20] शुभेच्छा तुम्हाला ------------ मदत करतात.

अ] औपचारिक आणि अनौपचारिक परिस्थितीत भेटणाऱ्या एखाद्याशी संबंध प्रस्थापित करा.

ब] औपचारिक परिस्थितीत भेटलेल्या एखाद्याशी संबंध प्रस्थापित करा.

C] अनौपचारिक परिस्थितीत भेटणाऱ्या एखाद्याशी संबंध प्रस्थापित करा.

डी] सौहार्दपूर्ण संबंध प्रस्थापित करा

उत्तर = ए

21] जेव्हा तुम्ही ITI च्या आत किंवा बाहेर प्रशिक्षकाला भेटता तेव्हा ते ------------ असते.

अ] नेहमी औपचारिक

ब] नेहमी अनौपचारिक

C] ITI आत औपचारिक

D] ITI बाहेर अनौपचारिक

उत्तर = ए

22] मुलाखतीच्या संदर्भात --------------- अभिवादन वापरायचे आहे.

अ] औपचारिक

ब] अनौपचारिक

क] अनुकूल

ड] सौहार्दपूर्ण

उत्तर = ए

23] जेव्हा तुम्ही बँकेत चौकशी करता तेव्हा ती ------------------ परिस्थिती असते.

अ] एक अनौपचारिक

ब] एक औपचारिक

क] एक मैत्रीपूर्ण

डी] एक प्रासंगिक

उत्तर = B

24 कोविड-19 महामारीच्या काळात हस्तांदोलन करण्यापेक्षा --------- नमस्ते म्हणणे चांगले आहे.

मिठी,

ब] हात हलवतात,

क] मिठीत हात धरा,

ड] कोणीही मिठी मारली नाही

उत्तर = B

25] एक चांगला -------------------------- चांगली पहिली छाप निर्माण करण्यास मदत करतो.

एक कुटुंब

ब] मित्र

क] स्व-परिचय

ड] वरील सर्व

उत्तर = C

26] आपल्याला ------------------ संदर्भात सहकारी, समवयस्क आणि वरिष्ठांशी परिचय करून द्यावा लागेल.

अ] स्व-परिचय

ब] अनौपचारिक

क] औपचारिक

ड] अधिकारी

सी

27] द्रुत आत्म-परिचय म्हणतात ---------------

अ] उंचीची खेळपट्टी

ब] लिफ्ट टोन

सी] लिफ्ट पिच

ड] उंची टोन

उत्तर = C

28] जेव्हा तुम्ही तुमच्या वडिलांसोबत मैत्रिणीच्या लग्नाला जाता, तेव्हा तुम्ही तुमच्या वडिलांची तुमच्या मित्राशी आणि तुमच्या मित्राशी ओळख करून द्यावी लागेल तुझ्या वडिलांचा मित्र. ही कोणत्या प्रकारची परिस्थिती आहे?

अ] लिफ्ट पिच

ब] औपचारिक

क] अनौपचारिक

ड] उंची टोन

उत्तर = C

29] इलेक्ट्रिकल उपकरणांमध्ये ग्राहक सेल्स एक्झिक्युटिव्ह म्हणून शोरूम, तुमच्या शुभेच्छा आणि तुमचा परिचय तुमच्या पर्यवेक्षकाचे प्रशिक्षक ________ असतील

अ] वर्णनात्मक

ब] औपचारिक

क] अनौपचारिक

ड] लिफ्ट टोन

उत्तर = B

30] --------------------- अतिशय चांगल्या वर्तनाच्या व्यक्ती आहेत, उदाहरण म्हणून यश आणि आघाडी.

अ] ग्राहक सेवा अधिकारी

ब] विक्री पर्यवेक्षक

C] ITI प्रशिक्षक

डी] रोल मॉडेल

उत्तर = डी

31] रोल मॉडेल -------------------------- लोकांनी त्यांचे अनुसरण करावे.

अ] उन्नत करणे

ब] सूचना

क] प्रेरणा

ड] एकही नाही

उत्तर = C

34] माणसातील अपूर्णतेच्या समूहाला -------- म्हणतात.

अ] ताकद

ब] उंची

क] अनुकरण

ड] कमजोरी

उत्तर = डी

37] जेव्हा आपण आपल्या वरिष्ठांना, व्यवस्थापकांना आणि बॉसला अभिवादन करतो तेव्हा आपण त्यांना अभिवादन करतो ------------------------.

अ] अनौपचारिकपणे

ब] आकस्मिकपणे

क] औपचारिकपणे

ड] उदासीनपणे

उत्तर = C

39] आपण शब्दांशिवाय, पण देहबोलीने जे संवाद साधतो ते --------- याचे उदाहरण आहे.

अ] शाब्दिक संवाद

ब] औपचारिक संवाद

सी] अनौपचारिक संवाद

ड] गैर-मौखिक संवाद

उत्तर = डी

40 परस्पर सहमतीपूर्ण तोडगा काढण्यासाठी इतरांसोबत काम करणे याला --------- म्हणतात.

अ] मन वळवणे

ब] संवाद

क] वाटाघाटी

ड] प्रतिपादन

उत्तर = C

42] 'सुप्रभात', 'तुला भेटून आनंद झाला', 'कसा होतास?' -------------- याची उदाहरणे आहेत

अ] औपचारिक अभिवादन

ब] अनौपचारिक अभिवादन

क] वरिष्ठ

ड] संस्था

उत्तर = ए

43 ईमेल, पत्रे, मेमो, ऑर्डर, फॉर्म भरणे,

मिनिटे, करार, प्रस्ताव आणि कोटेशन ही उदाहरणे आहेत

of -- कामाच्या ठिकाणी संवाद.

अ] अनौपचारिक

ब] अ-मौखिक

क] औपचारिक

ड] शाब्दिक

उत्तर = B

44] रजा पत्र लिहिणे ------------------------- संवादाचा एक भाग आहे.

अ] औपचारिक कामाची जागा

ब] अनौपचारिक कामाची जागा

क] गैर-मौखिक कार्यस्थळ

ड] एकही नाही

उत्तर = ए

50] ------------ म्हणजे माणूस ज्या ठिकाणी राहतो त्या ठिकाणच्या आसपासचा परिसर.

अ] कामाची जागा

ब] सुविधा

क] शहर

ड] शेजारी

उत्तर = डी

52] आम्ही -------- ग्रंथालयातील पुस्तके.

अ] खरेदी

ब] विकणे

क] कर्ज घेणे

ड] एकही नाही

उत्तर = C

54] क्षेत्र -------- आहे कारण त्यातील घरांना खूप पैसे लागतात.

सुंदर

ब] महाग

क] सुरक्षित

ड] मोठा

उत्तर = B

55] माझ्या शेजारी -------- अपार्टमेंट आहेत.

अ] प्रशस्त

ब] शाळा

क] प्रकारचा

ड] ताजे

उत्तर = ए

56] हा --------------------- परिसर आहे. एखाद्याला घाबरण्याची गरज नाही.

अ] कंटाळवाणे

ब] सुरक्षित

क] शाळा

ड] ताजे

उत्तर = B

57] परिसरात पाणीटंचाई आहे. क्षेत्र ------------- आहे.

अ] प्रदूषित

ब] गोंगाट करणारा

क] कोरडे

ड] असमान

उत्तर = C

58 काही ग्रामीण भागात रस्ते ----------- असल्याने वाहतूक करणे अवघड आहे.

अ] प्रदूषित

ब] कोरडे

क] प्रशस्त

ड] असमान

उत्तर = डी

59 मोठे खेळाचे मैदान आहे ---------- आमचे घर.

अ] वर

ब] मध्ये

क] जवळ

ड] ओव्हर

उत्तर = C

60 आमच्या शेजारी ------------------ फुलांची बाग आहे.

सुरक्षित

ब] स्पष्ट

क] सुंदर

ड] एकही नाही

उत्तर = C

66 रेन वॉटर हार्वेस्टिंग --------- पाणी टंचाई टाळण्यासाठी.

अ] देते

ब] दिला

क] मदत

ड] मदत करते

उत्तर = डी

71 ---------------------------- दररोज वापरल्यानंतर संगणक.

अ] चालू करा

ब] चालू करा

क] बंद करा

ड] वरील सर्व

उत्तर = C

73 बागकाम, वाचन, स्टॅम्प गोळा करणे, गाणे -------------- छंदांची काही उदाहरणे.

अ] आहे

ब] होते

क] होते

ड] आहेत

उत्तर = डी

74 जोग धबधबा हा भारतातील दुसरा ------------------------ धबधबा आहे.

अ] सर्वात उंच

ब] सर्वोच्च

ब] उच्च

क] उंच

उत्तर = B

75 जगातील ----------- समुद्रकिनारा तामिळनाडूमध्ये बंगालच्या उपसागराच्या बाजूने आहे.

अ] सर्वोच्च

ब] जास्त काळ

क] सर्वात लांब

ड] उच्च

उत्तर = C

76 आधुनिक जगाच्या सातपैकी एक -------------- उत्तर प्रदेशातील आग्रा येथे आहे.

अ] आश्चर्य

ब] भटकणे

क] भटकतो

ड] आश्चर्य

उत्तर = डी

96 लेन्सचे एकवचन स्वरूप ______ आहे

अ] भिंग

ब] लेन

क] लेन्स

ड] लेन्स

उत्तर = ए

97 कोणता शब्द विशेषण आहे______

सुंदर

ब] उद्यान

क] तरंग

ड] समुद्र

उत्तर = ए

98 गैरसंवादामुळे ------------------ होऊ शकते.

अ] संबंध निर्माण करा

ब] गैरसमज निर्माण करणे

क] यशस्वी नियोजन

ड] परिणामकारक परिणाम पहा

उत्तर = B

99 प्रभावी संवादासाठी ------------------.

अ] ऐकत रहा.

ब] बोलत राहा.

क] लक्षपूर्वक ऐका आणि बोला.

ड] लक्षपूर्वक ऐका परंतु अनावश्यक बोला.

उत्तर = C

100 प्राथमिक स्टोरेज उपकरणे आहेत ------------------

अ] डीव्हीडी

ब] सीडी

सी] रॅम,

ड] यूएसबी

उत्तर = C

101 ताण म्हणजे काय?

अ] आनंदाची भावना

ब] आश्चर्य वाटणे

क] आनंदाची भावना

ड] निराशा/निराशेची भावना

उत्तर = डी

102 सवय होण्यासाठी किती दिवस लागतात?

अ] १०

ब] 11

क] 15

ड] २१

उत्तर = डी

103 कारखाना कायदा ------------------ मध्ये लागू करण्यात आला.

अ] 1948

ब] 1956

क] १९४९

डी] 1980

उत्तर = ए

104 मजुरी दिली जाते ------------------.

अ] दररोज

ब] मासिक

क] त्रैमासिक

ड] वार्षिक

उत्तर = B

105 जेव्हा एखादा कामगार सर्वोत्तम आउटपुट आणण्यासाठी योगदान देतो उपलब्ध संसाधनांचा वापर करून, कार्यकर्ता ----------------- आहे.

अ] उत्पादक

ब] प्रभावी

क] विश्वासार्ह

ड] स्वार्थी

उत्तर = ए

106 PPE म्हणजे ------------------.

अ] वैयक्तिक उत्पादक उपकरणे

ब] वैयक्तिक संरक्षणात्मक उपकरणे

क] उत्पादक वैयक्तिक उपकरणे

ड] वैयक्तिक संरक्षणात्मक इंजिन

उत्तर = B

107 ----------------- ऑफर करून उत्पादकता वाढवता येते.

अ] फक्त प्रशिक्षण

ब] केवळ नोकरीच्या ठिकाणी अनुभव

क] प्रशिक्षण आणि नोकरीचा अनुभव

ड] प्रोत्साहन

उत्तर = C

108 ------------------ हात कापणे, भाजणे किंवा हानिकारक द्रवपदार्थांपासून संरक्षण करणे.

अ] गॉगल

ब] हातमोजे

क] कान प्लग

ड] शिरस्त्राण

उत्तर = B

109 इंटिरिअर डिझायनर्ससाठी ITI नंतर एंट्री लेव्हलची नोकरी नाही?

अ] विशेषज्ञ

ब] इंटर्न

क] कनिष्ठ इंटिरिअर डिझायनर

ड] डिझाईन असिस्टंट

उत्तर = ए

110 गुणवत्ता व्यवस्थापन प्रणाली समस्या सोडवण्यासाठी काही साधनांचा वापर करते. खालीलपैकी कोणते एक नाही?

अ] फिशबोन आकृती

ब] 5D आणि 5S पद्धती

C] 4D आणि 4S पद्धती

ड] कायझेन तत्त्व

उत्तर = C

111 ISO म्हणजे -----------------.

अ] मानकीकरणासाठी आंतरराष्ट्रीय ऑर्डर

ब] मानकीकरणासाठी आंतरराष्ट्रीय आयोजक

C] आंतरराष्ट्रीय स्थिरीकरण संस्था

ड] आंतरराष्ट्रीय मानकीकरण संस्था

उत्तर = डी

112 BIS म्हणजे -----------------.

A] भारतीय मानक ब्युरो

ब] आंतरराष्ट्रीय मानक ब्युरो

C] भारतीय राज्यांचे ब्युरो

D] भारतीय मानक मंडळ

उत्तर = ए

113 व्यवसाय कल्पना ---------------- असावी.

अ] फक्त माझ्या गरजा पूर्ण करा

ब] कोणाची तरी समस्या सोडवणे

क] जगाचे रक्षण करा

ड] वरीलपैकी काहीही नाही

उत्तर = B

114 सोशल मीडियामध्ये, आपण आपल्या भावना आणि भावना व्यक्त करण्यासाठी ------------ वापरतो.

अ] इमोजी

ब] हावभाव

क] डोळा संपर्क

ड] शारीरिक हालचाली

उत्तर = ए

115 आम्ही आमच्या भावना व्यक्त करण्यासाठी ------------ इमोजी निवडतो.

अ] यादृच्छिक

ब] परिपूर्ण

क] विषम

ड] एकही नाही

उत्तर = B

117 जेव्हा आपल्याला परिस्थिती किंवा विशिष्ट लोकांशी तीव्रतेने जाणवते किंवा प्रतिक्रिया येते तेव्हा आपण आपले --------------- वापरत असतो.

अ] भावना

ब] आरोग्य

क] पैसा

ड] एकही नाही

ए

118 हे महत्वाचे आहे ------------------------.

अ] आमच्या भावना स्वीकारा, समजून घ्या आणि व्यवस्थापित करा

ब] आपल्या भावना स्वीकारा, गैरसमज करून घ्या आणि व्यवस्थापित करा

C] आपल्या भावनांना नकार देणे, गैरसमज करणे आणि व्यवस्थापित करणे

डी] भावना स्वीकारणे आणि गैरसमज करणे

उत्तर = ए

119 एखाद्या व्यक्तीच्या भावना समजून घेण्याच्या आणि त्यांचे योग्य व्यवस्थापन करण्याच्या क्षमतेला ------------------------ म्हणतात.

अ] बुद्धिमत्ता कृत्रिम

ब] बुद्धिमत्ता भावनिक

क] बुद्धिमत्ता

ड] विभाजित व्यक्तिमत्व

उत्तर = C

120 उच्च भावनिक बुद्धिमत्ता असलेल्या व्यक्तीला ------------------ असते.

अ] बरेच नकारात्मक गुण

ब] अहंकार

C] भरपूर सकारात्मक गुण

ड] नोकरी

उत्तर = C

122 भावनांचे व्यवस्थापन करण्याची पहिली पायरी म्हणजे ------------------------. स्वीकारा आणि

अ] भावना समजून घ्या

ब] भावना व्यक्त करा

C] भावनांचे व्यवस्थापन करा

डी] भावनांना नकार द्या

उत्तर = ए

126 स्वतःची औपचारिक ओळख करून देण्याच्या प्रक्रियेला काय म्हणतात?

अ] कामावर घेणे

ब] निर्णय

क] स्व-परिचय

ड] शोधत आहे

उत्तर = C

127 चांगला आत्म-परिचय ----------------निर्णय घेण्यास मदत करेल.

अ] गप्पा मारणे

ब] हस्तांतरण

क] कामावर घेणे

ड] कुटुंब

उत्तर = C

128 आपण सर्व ------------------ अभ्यासक्रम पूर्ण झाल्यावर.

अ] कंटाळा येणे

ब] नोकऱ्यांचा शोध

क] आराम वाटतो

ड] मोकळे वाटते

उत्तर = B

130 चांगला स्व-परिचय ---------------------- करण्यास मदत करतो.

अ] नकारात्मक छाप

ब] पैसा चांगला

क] सकारात्मक छाप

डी] नियुक्तीची ऑफर

उत्तर = C

131 स्व-परिचयातून हे दर्शविले पाहिजे की तुम्ही कसे आहात.

अ] निस्तेज

ब] आत्मविश्वास

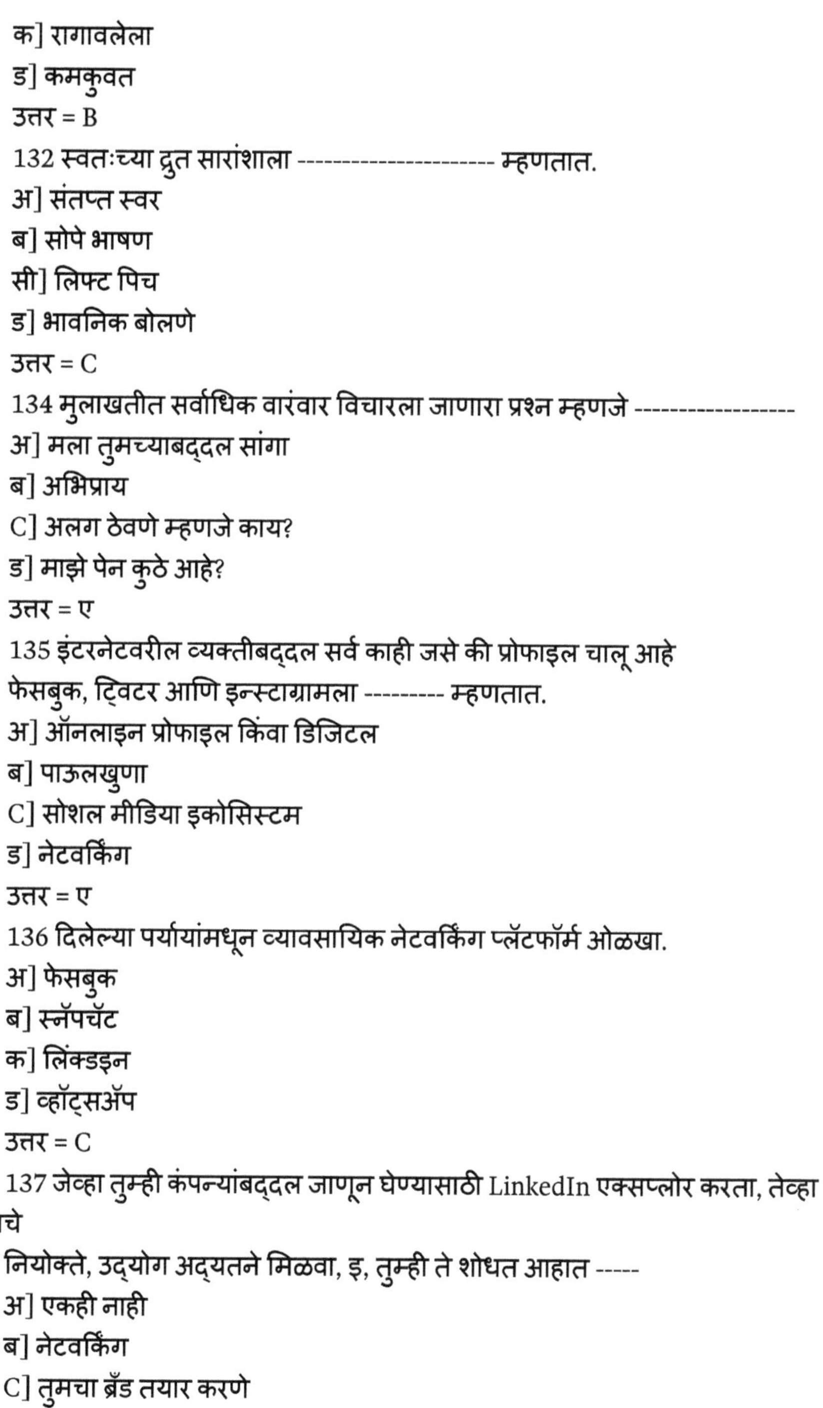

क] रागावलेला

ड] कमकुवत

उत्तर = B

132 स्वतःच्या द्रुत सारांशाला --------------------- म्हणतात.

अ] संतप्त स्वर

ब] सोपे भाषण

सी] लिफ्ट पिच

ड] भावनिक बोलणे

उत्तर = C

134 मुलाखतीत सर्वाधिक वारंवार विचारला जाणारा प्रश्न म्हणजे ------------------

अ] मला तुमच्याबद्दल सांगा

ब] अभिप्राय

C] अलग ठेवणे म्हणजे काय?

ड] माझे पेन कुठे आहे?

उत्तर = ए

135 इंटरनेटवरील व्यक्तीबद्दल सर्व काही जसे की प्रोफाइल चालू आहे

फेसबुक, ट्विटर आणि इन्स्टाग्रामला --------- म्हणतात.

अ] ऑनलाइन प्रोफाइल किंवा डिजिटल

ब] पाऊलखुणा

C] सोशल मीडिया इकोसिस्टम

ड] नेटवर्किंग

उत्तर = ए

136 दिलेल्या पर्यायांमधून व्यावसायिक नेटवर्किंग प्लॅटफॉर्म ओळखा.

अ] फेसबुक

ब] स्नॅपचॅट

क] लिंक्डइन

ड] व्हॉट्सअॅप

उत्तर = C

137 जेव्हा तुम्ही कंपन्यांबद्दल जाणून घेण्यासाठी LinkedIn एक्सप्लोर करता, तेव्हा त्याचे

नियोक्ते, उद्योग अद्यतने मिळवा, इ, तुम्ही ते शोधत आहात -----

अ] एकही नाही

ब] नेटवर्किंग

C] तुमचा ब्रँड तयार करणे

डी] एक संशोधन साधन म्हणून

उत्तर = डी

138 जेव्हा एखादी व्यक्ती ध्येय गाठण्याच्या प्रयत्नात ती कशी करत आहे याची माहिती दिली जाते, तेव्हा त्याला -------- म्हणतात.

अ] पडताळणी

ब] युक्तिवाद

क] अभिप्राय

ड] भयावह

उत्तर = C

139 एखाद्या व्यक्तीवर हल्ला न करता, वर्तनात संभाव्य बदल घडवून आणतील अशा पद्धतीने माहिती देणे याला --------- म्हणतात.

अ] सूचना

ब] सुखकारक

क] प्रभावी अभिप्राय

ड] एकही नाही

उत्तर = C

140 जेव्हा तुमचा प्रशिक्षक उद्योग भेट रद्द करण्याचा निर्णय घेतो, तेव्हा तुम्हाला वाटते---------

अ] गोंधळल्यासारखे वाटते

ब] निराश वाटणे

क] तणाव जाणवणे

ड] आनंदात उडी

उत्तर = B

141 जेव्हा इतर तुमचे निरीक्षण करतात आणि त्यांना तुमच्या कामगिरीबद्दल काय वाटते ते शेअर करतात, ते -----------

अ] तुम्हाला वाईट वाटून घ्यायचे आहे

ब] तुला आवडत नाही

क] तुमचे शत्रू आहेत

D] तुम्हाला सुधारणेसाठी अभिप्राय देत आहोत

उत्तर = डी

142 कर्मचाऱ्याला पर्यवेक्षक, एचआर आणि इतर सहकाऱ्यांकडून फीडबॅक मिळतो

अ] सुधारणे

ब] वाईट वाटणे

क] अपमान करणे

D] अस्वस्थ वाटणे

उत्तर = ए

143 नकारात्मक अभिप्राय सहसा दिला जातो ----------------------.

अ] रचनात्मकपणे

ब] परावृत्त करणे

सी] रिसीव्हरला दुखापत करण्यासाठी

ड] नैतिकता कमी करणे

उत्तर = ए

144 तुमचे ऐकण्याचे कौशल्य सुधारण्यासाठी आणि एक चांगला संवादक बनण्यासाठी, तुम्हाला ---------------- आवश्यक आहे.

अ] सक्रियपणे ऐकणे सुरू करा

ब] ऐकण्याकडे दुर्लक्ष करा

क] उदासीन असणे

ड] अर्धवट ऐका

उत्तर = ए

145 “तुमची असाइनमेंट तुमच्या वर्गातील इतरांसारखी नाही. तू अभ्यास का करत नाहीस?" -------- चे उदाहरण आहे

अ] सकारात्मक प्रतिक्रिया

ब] उत्साहवर्धक टिप्पण्या

सी] नकारात्मक प्रतिक्रिया

ड] नेहमीची टिप्पणी

उत्तर = C

146 सकारात्मक टिप्पण्या देणे आणि त्यानंतर सुधारणेसाठी सूचना देणे आणि सकारात्मक टिप्पण्या देऊन बंद करणे याला ------------ म्हणतात.

अ] नकारात्मक प्रतिक्रिया

ब] ऐकण्याचे तंत्र

क] बर्गर अभिप्राय तंत्र

ड] सकारात्मक प्रतिक्रिया

उत्तर = C

147 जेव्हा तुम्ही फीडबॅक देता तेव्हा श्रोत्याला सांगा की तुम्ही देत आहात -------.

अ] नकारात्मक प्रतिक्रिया

ब] टिप्पण्या

C] सुधारणेसाठी रचनात्मक अभिप्राय

ड] सूचना

उत्तर = C

148 आत्मचिंतन ही ---------ची प्रक्रिया आहे.

अ] टिप्पणी करणे

ब] आतल्या बाजूने पाहणे

क] अभिप्राय

ड] पुढे पहात आहे

उत्तर = B

149 जेव्हा आपण विचार करण्यासाठी वेळ काढतो आणि आपल्याकडे लक्ष देतो विचार, भावना, निर्णय आणि वर्तन यांना --- म्हणतात.

अ] रचनात्मक टीका

ब] सकारात्मक प्रतिक्रिया

सी] नकारात्मक प्रतिक्रिया

ड] आत्मचिंतन

उत्तर = डी

150 आपल्या नियंत्रणाखाली असलेल्या गोष्टी आणि त्या ओळखणे आमच्या नियंत्रणाखाली नाहीत, आम्हाला --------- होण्यास मदत करतात

अ] अधिक आत्म-जागरूक

ब] शांत

क] एकही नाही

ड] परावृत्त

उत्तर = ए

151 अधिकृत संभाषणे ---------चा भाग आहेत.

अ] अनौपचारिक संवाद

ब] औपचारिक संवाद

क] पुन्हा सुरू होतो

ड] कुटुंबे

उत्तर = B

152 कुटुंबातील सदस्यांमधील संभाषण घरी किंवा प्रासंगिक कर्मचाऱ्यांमधील संभाषण --------------------- आहे.

अ] औपचारिक संवाद

ब] चर्चा

क] एकही नाही

डी] अनौपचारिक संवाद

उत्तर = डी

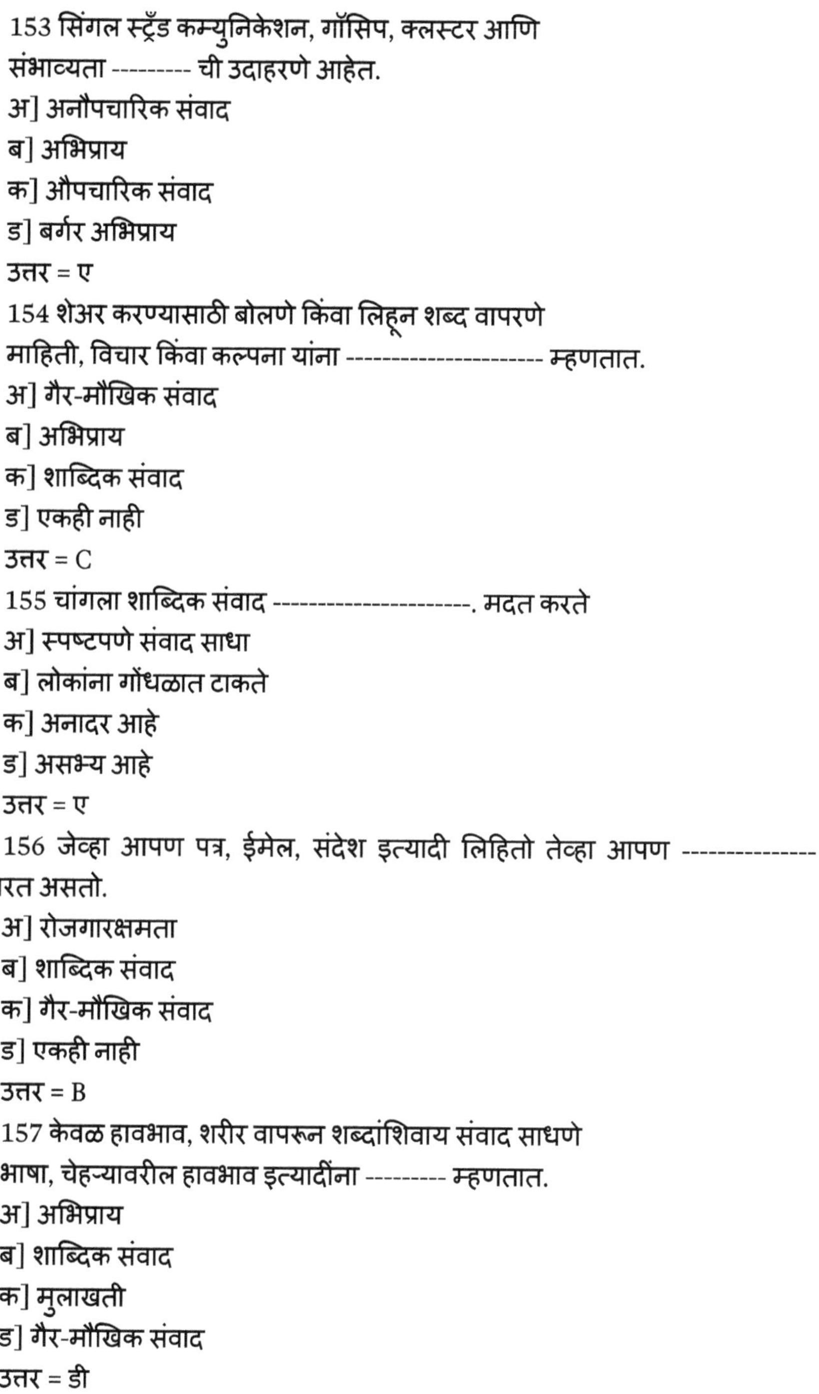

153 सिंगल स्ट्रँड कम्युनिकेशन, गॉसिप, क्लस्टर आणि
संभाव्यता --------- ची उदाहरणे आहेत.
अ] अनौपचारिक संवाद
ब] अभिप्राय
क] औपचारिक संवाद
ड] बर्गर अभिप्राय
उत्तर = ए

154 शेअर करण्यासाठी बोलणे किंवा लिहून शब्द वापरणे
माहिती, विचार किंवा कल्पना यांना --------------------- म्हणतात.
अ] गैर-मौखिक संवाद
ब] अभिप्राय
क] शाब्दिक संवाद
ड] एकही नाही
उत्तर = C

155 चांगला शाब्दिक संवाद ---------------------. मदत करते
अ] स्पष्टपणे संवाद साधा
ब] लोकांना गोंधळात टाकते
क] अनादर आहे
ड] असभ्य आहे
उत्तर = ए

156 जेव्हा आपण पत्र, ईमेल, संदेश इत्यादी लिहितो तेव्हा आपण --------------- वापरत असतो.
अ] रोजगारक्षमता
ब] शाब्दिक संवाद
क] गैर-मौखिक संवाद
ड] एकही नाही
उत्तर = B

157 केवळ हावभाव, शरीर वापरून शब्दांशिवाय संवाद साधणे
भाषा, चेहऱ्यावरील हावभाव इत्यादींना --------- म्हणतात.
अ] अभिप्राय
ब] शाब्दिक संवाद
क] मुलाखती
ड] गैर-मौखिक संवाद
उत्तर = डी

158 मध्ये संदेश प्राप्त करण्याची आणि अचूकपणे व्याख्या करण्याची क्षमता संप्रेषण प्रक्रियेला ------------------ म्हणतात.

अ] ऐकणे

ब] बोलणे

क] वाचन

ड] लेखन

उत्तर = ए

159 चांगले ऐकण्याचे कौशल्य कामगार बनवते ------------------. उत्पादक बेजबाबदार वेडा अकार्यक्षम ए

160 रेडिओ, दूरदर्शन कार्यक्रम इ. ऐकणे, याचे उदाहरण आहे -

अ] सक्रिय ऐकणे

ब] गैर-मौखिक संवाद

क] निष्क्रिय ऐकणे

ड] शाब्दिक संवाद

उत्तर = B

161 वक्त्याकडे लक्ष देणे, व्यत्यय न आणणे, घेणे

प्रश्न विचारण्यापूर्वी किंवा उत्तर देण्यापूर्वी समजून घेण्याची वेळ ----------------- आहे.

अ] निष्क्रिय ऐकणे

ब] व्याख्यान

क] सक्रिय ऐकणे

ड] स्वीकारणे

उत्तर = C

162 आपण कसे वागावे हे समाज ठरवतो आणि तो आपल्यावर लादतो तेव्हा त्याला निर्माण म्हणतात ----------

अ] मुक्त समाज

ब] समानता लिंग

क] स्टिरियोटाइप

ड] अंमलबजावणी

उत्तर = C

164 मुलाखतीला जाताना सोबत ठेवायचे महत्त्वाचे दस्तऐवज

अ] कव्हर लेटर

ब] पुन्हा सुरू करा

क] रजा पत्र

ड] एकही नाही

उत्तर = B

165 A ---------------------- आपला सारांश आहे

अ] वैयक्तिक अनुभव,

ब] कौशल्य आणि शिक्षण इतिहास.

क] अभिप्राय पत्र

ड] कथा पुन्हा सुरू करा

उत्तर = C

166 आपल्या करिअरची सुरुवात करताना सर्वांना सामोरे जावे लागणारे महत्त्वाचे पाऊल म्हणजे –

अ] आनंद वाटणे

ब] मुलाखतीला सामोरे जात आहे

क] दौऱ्यावर जात आहे

ड] आराम

उत्तर = B

168 ग्राहक सामान्यतः ---------------- जेव्हा त्यांना खराब अनुभव असतो.

अ] मित्रांना शिफारस करा

ब] कंपनीसोबत व्यवसाय करणे सुरू ठेवा

C] प्रतिस्पर्ध्याकडे स्विच करा

ड] कंपनीशी सौदा

उत्तर = C

169 एक कर्मचारी दररोज कार्यालयात उशिरा येतो. तो नाहीये -

अ] शांत

ब] वक्तशीर

क] आत्मविश्वास

ड] स्वच्छ

उत्तर = B

171 औपचारिक लिखित संप्रेषणाचे इलेक्ट्रॉनिक स्वरूप जे
इंटरनेटद्वारे अनेक लोकांना पाठवले जाऊ शकते
जगाला -------------- म्हणतात.

अ] ईमेल

ब] टायपिंग

क] छपाई

ड] लेखन

उत्तर = ए

172 औपचारिक संवादाचा सर्वात प्रभावी मार्ग म्हणजे -----------

अ] गप्पा मारणे

ब] ट्विट करणे

क] टायपिंग

डी] ईमेल

उत्तर = डी

ईमेलमध्ये 173 CC म्हणजे ---------------------.

अ] खुर्चीची प्रत

ब] मुलाची प्रत

C] कार्बन कॉपी

ड] तक्ता प्रत

उत्तर = C

ईमेलमध्ये 174 BCC म्हणजे ---------------------.

अ] अंध खुर्चीची प्रत

ब] अंध मुलाची प्रत

क] आंधळी तक्त्याची प्रत

ड] अंध कार्बन प्रत

उत्तर = डी

175 जेव्हा तुम्ही तुमचा बायोडाटा ईमेलद्वारे पाठवता, तेव्हा तुम्ही तो --------- म्हणून पाठवत आहात.

अ] चालक संलग्नक

ब] चिन्हांकित मजकूर

क] कुकी

ड] जाहिरात

उत्तर = B

176 जेव्हा तुमचा वर्गमित्र तुमच्या कामगिरीवर सूचना देत असतो, तेव्हा तुम्हाला ---------------- प्राप्त होते.

अ] ग्राहक संवाद

ब] लिफ्ट पिच

क] अभिप्राय

डी] एक पुरस्कार

सी

177 PowerPoint फाइल्समध्ये --------------- विस्तार असतात.

अ].डॉ

ब].xls

C] .jpg

डी] .pptx

उत्तर = डी

178 शॉर्टकट की Ctrl+C, Ctrl+V, Ctrl+S म्हणजे --------.

अ] जतन करणे, कट करणे, कॉपी करणे

ब] कट, जतन, कॉपी

C] कॉपी, पेस्ट, जतन करा

ड] कट, कॉपी, जतन

उत्तर = C

179 PowerPoint मध्ये Esc दाबल्याने ---------------------- होऊ शकते.

अ] एक नवीन स्लाइड जोडा

ब] स्लाइड शो सुरू करा

C] शेवटचा स्लाइड शो

डी] एक नवीन सादरीकरण तयार करा

उत्तर = C

180 नवीन सादरीकरण तयार करण्यासाठी, ---------------------- निवडा.

अ] Ctrl+C

B] Ctrl+V

C] Ctrl+B

D] Ctrl+N

उत्तर = डी

182 प्रतिमा जतन करण्यासाठी सर्वात सुसंगत स्वरूप ---------------- आहे.

अ] पीडीएफ

ब] JPG

C] xls

ड] डॉक

उत्तर = B

183 Excel चा वापर --------- करण्यासाठी केला जातो.

अ] सर्व आकारांची कागदपत्रे जतन करा आणि सामायिक करा

ब] टाइप केलेल्या दस्तऐवज फाइल्स तयार करा

C] विविध फंक्शन्ससह स्प्रेडशीट तयार करा

डी] विस्तृत क्षेत्रांसाठी सादरीकरणे तयार करा

उत्तर = C

185 JPG म्हणजे --------.

अ] कनिष्ठ छायाचित्रण गट

ब] संयुक्त छायाचित्र गट

क] संयुक्त छायाचित्रण गट

ड] कनिष्ठ छायाचित्रण गट

उत्तर = C

186 SVG फाइल म्हणजे ----------------------.

अ] स्केलेबल वेन ग्राफिक्स फाइल

ब] वरिष्ठ वेक्टर ग्राफिक्स

C] स्केलेबल व्हेन ग्लिट्झ

D] स्केलेबल वेक्टर ग्राफिक्स

उत्तर = डी

187 लाइव्ह सेमिनार आणि चर्चांमधील सहभागी ----------- ते सक्षम केल्यावर करू शकतात.

अ] माहिती

ब] दृश्य

क] परस्परसंवाद

ड] ऐका

उत्तर = C

188 वाय-फाय म्हणजे ------------------------- वायरलेस सिग्नल.

अ] वायरलेस फिडेलिटी

ब] वायरलेस फिनिश

क] वायरलेस फिलामेंट

ड] वायरलेस फर्मामेंट

उत्तर = ए

189 ----- हे एक वायरलेस तंत्रज्ञान मानक आहे ज्याचा वापर निश्चित आणि मोबाईल उपकरणांमध्ये कमी अंतरावर डेटाची देवाणघेवाण करण्यासाठी केला जातो.

अ] वाय-फाय

ब] वेबकास्टिंग

क] ब्लूटूथ

डी] ईमेल

उत्तर = C

190 जेव्हा आम्ही आमच्या अँड्रॉइड स्मार्टफोनवरून फोटो आणि व्हिडिओ मोठ्या स्क्रीनवर पाहण्यासाठी संगणकावर शेअर करतो तेव्हा आम्ही --------- असतो.

अ] टेलिकास्टिंग

ब] स्क्रीन मिररिंग

C] झूमिंग मीडिया

ड] झूम करणे

उत्तर = B

191 A ----------------- हा एक संगणक आहे जो इतर संगणकांना डेटा प्रदान करतो.

अ] स्मार्टफोन

ब] लॅपटॉप

क] मोडेम

ड] सर्व्हर

उत्तर = डी

193 ढगाची प्रतिमा --------------- संदर्भासाठी वापरली जाते.

अ] इंटरनेट

ब] सर्व्हर

सी] डेटा

ड] मजकूर

उत्तर = ए

194 Facebook वरून फोटो आणि व्हिडिओ पुनर्प्राप्त करण्यासाठी, आमच्याकडे --------- असणे आवश्यक आहे

अ] वैयक्तिक सर्व्हर

ब] इंटरनेट कनेक्शनसह डिव्हाइस

क] हार्ड डिस्क

ड] प्रिंटर

उत्तर = B

196 सिरी आणि अलेक्सा यांना _________ म्हणतात

अ] यंत्रे

ब] स्मार्ट सहाय्यक

क] भविष्यकथन करणारे

ड] रेकॉर्डर

उत्तर = B

197 यशस्वी उद्योजक होण्याचा एक महत्त्वाचा पैलू म्हणजे ___________

अ] उद्योजकीय मानसिकता असणे

ब] पैसा मिळवणे

क] समाजाची सेवा करणे

ड] शक्य तितक्या बाजारपेठांमध्ये विस्तार करणे

उत्तर = ए

198 तुम्ही कशात चांगले आहात आणि तुम्हाला कशात सुधारणा करायची आहे हे जाणून घेणे म्हणजे ______ ची गुणवत्ता

अ] स्वत:ची जाणीव

ब] आत्म-विश्वास

क] स्वतंत्र निर्णय

ड] काजळी बनवणे

उत्तर = ए

१९९ नीट विचार करून स्वतःहून निर्णय घेणे ही ________ची गुणवत्ता आहे.

अ] स्वत:ची जाणीव

ब] आत्म-विश्वास

क] स्वतंत्र निर्णय

ड] काजळी बनवणे

उत्तर = C

200 प्रोटोटाइप म्हणजे काय?

अ] व्यवसायाची कल्पना

ब] व्यवसाय योजनेत उत्पादन/सेवा टाईप करणे

C] उत्पादन/सेवा विकणे

डी] उत्पादन/सेवेची पहिली आवृत्ती

उत्तर = डी

201 प्रभावीपणे नेटवर्क करण्यासाठी एक महत्त्वाचा नियम म्हणजे __________ त्याच लोकांशी बोला ज्या तुमच्या संपर्कात रहा

अ] संपर्क

ब] विक्रीवर लक्ष केंद्रित करा

सी] तुमचे उत्पादन

डी] तुमचे प्रतिस्पर्धी ओळखा

उत्तर = B

202 नेटवर्किंग ___________ आहे

अ] नवीन शत्रू बनवणे

ब] तुमची स्पर्धा ओळखणे

C] इतर व्यवसाय आणि ग्राहकांशी संबंध निर्माण करणे

डी] सामाजिक नेटवर्कमध्ये सामील होणे

उत्तर = C

205 अनिताने तिच्या हस्तकला व्यवसायासाठी इंस्टाग्राम पेज सुरू केले.

तिने ________ विपणन धोरण वापरले

अ] ऑनलाइन विपणन

ब] टॅगलाइन

क] पोस्टर

ड] नेटवर्किंग

उत्तर = ए

206 मानवी संसाधने __________ आहेत

अ] तुमचे शेजारी

ब] तुमचा कर्मचारी,

C] कर्मचारी आणि इतर मदतनीस

डी] तुमचे ग्राहक तुमचे प्रतिस्पर्धी

उत्तर = B

207 खालीलपैकी कोणते संसाधन नाही?

अ] कच्चा माल

ब] ग्राहक डेटाबेस

क] नफा मिळवला

ड] तुमचा पलंग

उत्तर = डी

208 जेव्हा तुम्हाला तुमच्या स्वतःच्या क्षमतेवर विश्वास असतो आणि स्वतःवर विश्वास असतो, तेव्हा तुमच्याकडे असते

अ] खुले विचार

ब] सक्रियता

C] स्वतःवर विश्वास

ड] आशावाद

उत्तर = C

209 तुम्ही आजीवन शिकणारे आहात जर तुम्ही ________

अ] पीएचडी मिळवा

ब] भरपूर पैसे कमवा

क] दीर्घकाळ जगतात

D] वाढत रहा आणि तुमच्या ज्ञानात भर घालत रहा

उत्तर = डी

210 आयुष्यभर शिकणारा असण्याचा एक फायदा म्हणजे_______

अ] एक चांगला निर्णय घेणारा बनणे

ब] प्रसिद्ध होणे

C] भरपूर मित्र बनवणे

ड] शारीरिकदृष्ट्या तंदुरुस्त राहणे

उत्तर = ए

212 एखाद्या गोष्टीचा दर्जा एका विशिष्ट पातळीवर राखणे याला म्हणतात

अ] संवाद

ब] समस्या सोडवणे

क] टिकाव

ड] परस्परसंवाद

उत्तर = C

218 एखाद्या व्यक्तीने काही कालावधीसाठी हाती घेतलेल्या कामाला ________ म्हणतात

नोकरी

ब] करिअर

क] नियोजन

ड] तज्ञ

उत्तर = ए

219 कोणतेही काम किंवा काम ज्यासाठी एखाद्या व्यक्तीला मोबदला मिळतो त्याला a_____ म्हणतात

अ] करिअर

ब] प्रक्षेपण

क] नोकरी

ड] योजना

उत्तर = C

220 जेव्हा सुतार लाकडी खुर्ची बनवतो आणि त्याला मोबदला मिळतो तेव्हा तो त्याचा _________ असतो

एक योजना

ब] आनंद

क] नोकरी

ड] करिअर

उत्तर = C

222 कारकीर्द एका लांब रेल्वे प्रवासासारखी असते जिथे -----------

अनेक स्थानके आहेत, अनेक थांबे आहेत, मार्गांमध्ये अनेक बदल आहेत.

अ] योजना

ब] नोकरी

क] वाढतो

ड] स्वप्ने

उत्तर = B

225 तुमचे टप्पे वेळेवर पूर्ण करण्यासाठी तुम्हाला आवश्यक असलेली सामग्री आणि समर्थन _____ म्हणतात.

अ] टाइमलाइन

ब] संसाधने

क] स्थिती

ड] वर्णन

उत्तर = ए

226 प्रत्येक मैलाचा दगड पूर्ण करण्यासाठी तारीख सेट करणे याला _________ म्हणतात

अ] वर्णन

ब] संसाधन

क] टाइमलाइन

ड] काहीही नाही

उत्तर = C

227 जेव्हा बाजाराचा ट्रेंड बदलतो किंवा जेव्हा आमची सध्याची नोकरी अस्तित्वात नाही तेव्हा आमच्याकडे ------- असणे आवश्यक आहे.

अ] करिअरचे मार्ग

ब] मॉडेल

क] पर्यायी करिअर

ड] भरणा

उत्तर = C

228 हाताने कपडे कसे शिवायचे हे जेव्हा तुम्हाला माहित असते, तेव्हा ते मशीन वापरून कसे करायचे हे शिकणे याला ________ म्हणतात.

अ] करिअर

ब] रोजगार

क] अपस्किलिंग

ड] शिकणे

उत्तर = C

230 नवीन गोष्टी करून पाहणे आणि जुन्या गोष्टी करण्यासाठी नवीन मार्ग शोधणे याला _____________ म्हणतात.

अ] वाटाघाटी

ब] सहयोग

क] नवीनता

ड] संवाद

उत्तर = C

231 आम्ही---------------- योग्य मार्गाने जेणेकरून आम्ही फायदेशीर आणि निरोगी तडजोड करू शकू.

अ] सहकार्य करा

ब] वाटाघाटी

क] नवनिर्मिती करणे

ड] उन्नत करणे

उत्तर = B

232 तुमच्या माहितीवर प्रश्न विचारून स्मार्ट पद्धतीने विचार करणे

प्राप्त करा जेणेकरुन तुम्ही खोट्या बातम्यांनी फसवू नये याला ____________ म्हणतात

अ] वाटाघाटी

ब] नवीनता

क] करिअर

ड] टीकात्मक विचार

उत्तर = डी

233 जलद बदलांशी जुळवून घेण्याची क्षमता __________ आहे

अ] नवीनता

ब] वाटाघाटी

क] सहयोग

ड] अनुकूलता

उत्तर = डी

234 जेव्हा आपण इतरांसोबत काम करतो तेव्हा त्याला ____________ म्हणतात

अ] नवीनता

ब] करिअर

क] सहयोग

ड] निर्णय घेणे

उत्तर = C

236 जी व्यक्ती त्याच्या/तिच्या करिअरशी संबंधित नवीन गोष्टी शिकते

आणि नवीनतम औद्योगिक घडामोडींसह अद्ययावत आहे ____________

अ] थांबलेली मानसिकता

ब] वाढीची मानसिकता

क] सहयोग

ड] संवाद

उत्तर = B

237 एखादी व्यक्ती जी नवीन कौशल्ये शिकण्यासाठी आवश्यक ती पावले उचलत नाही ती आपली नोकरी गमावण्याची भीती असतानाही ती _________ आहे

अ] खुल्या मनाचा

ब] खुल्या मनाचा नाही

क] जुळवून घेणारा

ड] अकार्यक्षम

उत्तर = B

238 वेगळ्या प्रकारची नोकरी करण्यासाठी पूर्णपणे नवीन कौशल्ये शिकण्याची प्रक्रिया आहे __________

अ] उच्च कौशल्य

ब] पुनर्कुशल करणे

C] ITI

ड] अप्रेंटिसशिप

उत्तर = B

239 जर आतापर्यंत साधी कुर्हाड वापरणाऱ्या लाकूडतोड्याने विद्युत कुर्हाड वापरायला शिकले तर लाकूड कापणारा ___________ आहे

अ] पुन: कौशल्य

ब] करिअर

क] गंभीर

ड] अपस्किलिंग

उत्तर = डी

243 एखाद्या व्यक्तीची एखादी गोष्ट करण्याची नैसर्गिक क्षमता आणि तो/ती किती लवकर काहीतरी शिकू शकतो याला ______________ म्हणतात.

अ] उच्च कौशल्य

ब] पुनर्कुशल करणे

क] करिअरचा मार्ग

ड] योग्यता

उत्तर = डी

245 माणूस 40 तासात एका विशिष्ट ठिकाणी पोहोचू शकतो. जर त्याने त्याचा वेग 1/15 ने कमी केला तर तो त्या वेळेत 5 किमी कमी जातो. त्याने कव्हर केलेले एकूण अंतर

शोधा.

अ] 60

ब] ८५

क] 75

ड] 52

उत्तर = C

246 3 3000 ची किती टक्केवारी आहे?

अ] 10%

ब] ५%

क] १%

ड] ०.१%

उत्तर = डी

247 एका माणसाने 100 रुपयांना दिवा विकत घेतला आणि 120 रुपयांना विकला. त्याला किती नफा झाला? नफ्याची टक्केवारी किती आहे?

अ] नफा रु 10; नफ्याची टक्केवारी 40%

ब] नफा रु. 20; नफ्याची टक्केवारी 20%

क] नफा रु. 20; नफ्याची टक्केवारी 10%

ड] नफा रु. 20; नफ्याची टक्केवारी 2%

उत्तर = B

२४८ मुलाखतीपूर्वी तालीम किंवा सराव सत्रांना ______________ म्हणतात

अ] मुलाखतपूर्व

ब] हौशी तालीम

क] पोस्ट मुलाखत

ड] मॉक इंटरव्ह्यू

उत्तर = डी

249 वाचन, बागकाम, ब्लॉग लिहिणे यांसारख्या मोकळ्या वेळेत केलेल्या क्रियाकलापांना ___________ म्हणतात.

अ] अनुभव

ब] छंद

क] पात्रता

ड] उद्दिष्टे

उत्तर = B

250 जेव्हा एखादी व्यक्ती नैसर्गिकरित्या एखादी गोष्ट करण्यात चांगली असते, तेव्हा ती त्याची/तिची असते.

अ] अशक्तपणा

ब] कुटुंब

क] ताकद

ड] आनुवंशिक

उत्तर = C

251 एखाद्याचे कार्य सोपे करण्यासाठी वापरलेली साधने आणि तंत्रे

कार्यक्षमतेने कार्य करा आणि रेझ्युमेमध्ये नमूद केले आहे याला ___________ म्हणतात

अ] सॉफ्टवेअर

ब] वाचन

क] उदाहरणे

ड] कौशल्य

उत्तर = डी

252 प्रशिक्षणाचा सशुल्क कालावधी जो तुम्हाला शिकण्याची परवानगी देतो

तुम्ही उद्योगात काम करत असताना विशिष्ट कौशल्य किंवा कौशल्यांचा संच याला ___________ म्हणतात

अ] कलाकुसर

ब] संधी

क] उद्योजकता

ड] प्रशिक्षणार्थी

उत्तर = डी

255 दिलेल्या पर्यायांमधून व्यावसायिक नेटवर्किंग प्लॅटफॉर्म ओळखा.

अ] फेसबुक

ब] इंस्टाग्राम

क] जोडलेले

ड] लिंक्डइन

उत्तर = डी

POSH आणि लैंगिक छळाच्या संदर्भात 259 ICC

अ] अंतर्गत क्रिकेट समिती

ब] आंतरराष्ट्रीय अनुपालन समिती

क] अंतर्गत कंपनी समिती

ड] अंतर्गत तक्रार समिती

उत्तर = डी

260 .------- म्हणजे स्वतःला आणि आपला परिसर स्वच्छ आणि स्वच्छ ठेवण्याचा सराव.

अ] आरोग्य

ब] सुरक्षा

क] समुदाय

ड] स्वच्छता

उत्तर = डी

261 --------------- स्वच्छतेची काही उदाहरणे म्हणजे छाटलेली आणि स्वच्छ नखे राखणे, दिवसातून दोनदा दात घासणे, अन्न खाण्यापूर्वी आणि नंतर हात धुणे.

अ] समुदाय

ब] संघटनात्मक

क] वैयक्तिक

ड] कर्मचारी

उत्तर = C

262 आपल्या सभोवतालच्या पर्यावरणाची काळजी घेणे याला -----------स्वच्छता म्हणतात

अ] समुदाय

ब] संघटनात्मक

क] वैयक्तिक

ड] कर्मचारी

उत्तर = ए

263 सामाजिक आणि व्यावसायिक हेतूसाठी आवश्यक जीवन कौशल्य काय आहे?

अ] इंग्रजी शिकणे

ब] मातृभाषा शिकणे

क] परदेशी भाषा शिकणे

ड] अधिक भाषा शिकणे

उत्तर = ए

264 तुमच्या बॉसला संबोधित करताना, तुम्ही असावे...

अ] असभ्य

ब] अनौपचारिक

क] औपचारिक

ड] अभिव्यक्त

उत्तर = C

265 नमस्कार, कसे आहात, काय चालले आहे, ही उदाहरणे आहेत....

अ] औपचारिक संवाद

ब] अनौपचारिक संवाद

क] विनम्र संवाद

ड] असभ्य संवाद

उत्तर = B

266 तुम्ही कोणाला भेटल्यावर प्रथम काय बोलता?

अ] निरोप

ब] शुभ दिवस

क] भेटूया

ड] शुभ सकाळ

उत्तर = डी

268 "काल I__________a movie" या क्रियापदाच्या योग्य भूतकाळासह रिक्त जागा भरा.

घड्याळ

ब] मी पाहत आहे

क] पाहिला

ड] पाहतील

उत्तर = C

269 उपकरणांचे एकवचन स्वरूप आहे....

अ] युक्ती

ब] डिव्हाईस

क] विभागणे

ड] यंत्र

उत्तर = डी

270 "कालची घोषणा .... अनावश्यक होती" हे वाक्य योग्य शब्दात पूर्ण करा.

अ] केले

ब] बनवणे

क] केले होते

ड] करेल

उत्तर = ए

271 योग्य चौकशी करून रिक्त जागा भरा ....कालच्या खेळात चूक झाली.

अ] कुठे

ब] काय

क] केव्हा

ड] कोण

उत्तर = B

273 योग्य शब्दाने वाक्य पूर्ण करा "द प्लंबर .... फक्त आताच टॅप करा.

अ] फिट

ब] समर्पक आहेत

क] समर्पक आहे

ड] समर्पक होते

उत्तर = C

274 जेव्हा तुम्ही एखाद्या विषयावर चर्चा सुरू करता तेव्हा तुम्ही काय म्हणता?

अ] तुम्ही सुरुवात करा

ब] मला सांगा

C] चला चर्चा करूया

D] चला संपवूया

उत्तर = C

275 तुम्ही नम्रपणे असहमत असताना तुम्ही काय म्हणता?

अ] मला भीती वाटते

ब] मी असहमत आहे.

क] तुम्ही चुकीचे आहात

ड] तो बरोबर आहे

उत्तर = ए

276 योग्य वर्णन करणाऱ्या शब्दांसह वाक्य पूर्ण करा.

हे क्षेत्र _______ आहे कारण त्यातील घरांसाठी खूप पैसा लागतो.

सुंदर

ब] चांगले

क] महाग

ड] प्रशस्त

उत्तर = C

277 योग्य वर्णन करणाऱ्या शब्दांसह वाक्य पूर्ण करा

माझ्या शहरातील रस्ते _________ स्थितीत आहेत.

चांगले

ब] महाग

क] सुंदर

ड] सुरक्षित

उत्तर = ए

278 योग्य वर्णन करणाऱ्या शब्दांसह वाक्य पूर्ण करा
सुंदर फुलांनी युक्त __________ बाग आहे.
चांगले
ब] प्रशस्त
क] मोठा
ड] सुंदर
उत्तर = डी
279 योग्य वर्णन करणाऱ्या शब्दांसह वाक्य पूर्ण करा
आमच्या घराजवळ _________ क्रीडांगण आहे.
अ] प्रशस्त
ब] मोठा
क] सुंदर
ड] चांगले
उत्तर = B
280 योग्य वर्णन करणाऱ्या शब्दांसह वाक्य पूर्ण करा
माझ्या शेजारी _________ अपार्टमेंट आहेत.
अ] महाग
ब] सुंदर
क] चांगले
ड] प्रशस्त
उत्तर = डी
281 योग्य वर्णन करणाऱ्या शब्दांसह वाक्य पूर्ण करा
हे एक _________ शेजार आहे. एखाद्याला घाबरण्याची गरज नाही.
चांगले
ब] मोठा
क] सुरक्षित
ड] महाग
उत्तर = C
282 योग्य वर्णन करणाऱ्या शब्दांसह वाक्य पूर्ण करा
परिसरात कोणतेही मनोरंजन उद्यान नाही. ते एक ___ ठिकाण आहे.
अ] प्रदूषित
ब] कोरडे
क] गोंगाट करणारा
ड] कंटाळवाणे

उत्तर = डी

283 योग्य वर्णन करणाऱ्या शब्दांसह वाक्य पूर्ण करा

परिसरात एक कारखाना आहे. हवा _________ आहे.

अ] प्रदूषित

ब] कंटाळवाणे

क] असमान

ड] गोंगाट करणारा

उत्तर = ए

284 योग्य वर्णन करणाऱ्या शब्दांसह वाक्य पूर्ण करा

परिसरात पाणीटंचाई आहे. क्षेत्र _________ आहे.

अ] असमान

ब] गोंगाट करणारा

क] कोरडे

ड] कंटाळवाणे

उत्तर = C

285 योग्य वर्णन करणाऱ्या शब्दांसह वाक्य पूर्ण करा

काही ग्रामीण भागात वाहतूक करणे अवघड आहे कारण रस्ते __________ आहेत

अ] कोरडे

ब] प्रदूषित

क] सम

ड] असमान

उत्तर = डी

286 मानसिक आणि शारीरिक क्रियाकलापांमध्ये संतुलन राखण्यासाठी आपल्याला काय मदत करते?

अ] छंद

ब] धावणे

क] चालणे

ड] वाचन

उत्तर = ए

288 तुम्ही राहता त्या ठिकाणाच्या लगतच्या परिसराला _____ म्हणतात

गाव

ब] नगर

क] शहर

ड] शेजार

उत्तर = डी

289 वर्तनावर परिणाम करणारे ठिकाण आणि परिस्थिती

एखाद्याचा किंवा कशाचा तरी विकास याला __________ म्हणतात

अ] शेजार

ब] वातावरण

क] परिसर

ड] सुविधा

उत्तर = B

291 कोणते साहस नाही?

अ] चढणे

ब] पर्वतारोहण

क] सर्फिंग

ड] वाहन चालवणे

उत्तर = डी

292 समुद्रातील प्रवासाला _____ म्हणतात

अ] प्रवास

ब] नौकाविहार

क] मासेमारी

ड] दौरा

उत्तर = ए

www.ingramcontent.com/pod-product-compliance
Ingram Content Group UK Ltd.
Pitfield, Milton Keynes, MK11 3LW, UK
UKHW021912190726
13853UKWH00002B/634